കുമാരൻ ആശാൻറെ മികച്ച കൃതികൾ

(Best Works of Kumaran Asan)

സ്നേഹം, പ്രകൃതി, ആത്മീയത,
സാമൂഹിക നീതി: ചിന്തോദ്ദീപകമായ കൃതികൾ

GRAPEVINE INDIA

Published by

GRAPEVINE INDIA PUBLISHERS PVT LTD

www.grapevineindia.com
Delhi | Mumbai
email: grapevineindiapublishers@gmail.com

Ordering Information:
Quantity sales: Special discounts are available on quantity
purchases by corporations, associations, and others.
For details, reach out to the publisher.

First published by Grapevine India 2024

CONTENTS

വീണപൂവ്

രചന:എൻ. കുമാരനാശാൻ (1907)

1907 ഡിസംബറിൽ ആണ് കുമാരനാശാൻ വീണപൂവ് 'മിതവാദി' പത്രത്തിൽ പ്രസിദ്ധീകരിച്ചത്. മലയാള കാവ്യാന്തരീക്ഷത്തിൽ തികച്ചും നൂതനമായൊരു അനുഭവമായിരുന്നു വീണപൂവ് എന്ന ഖണ്ഡകാവ്യം.

ഹാ! പുഷ്പമേ, അധികതുംഗപദത്തിലത്രെ

ശോഭിച്ചിരുന്നിതൊരു രാജ്ഞികണക്കയേ നീ

ശ്രീ ഭൂവിലസ്ഥിര-അസംശയ-മിന്നു നിന്റെ-

യാഭൂതിയെങ്ങു പുനരെങ്ങു കിടപ്പിതേർത്താൽ?   1

ലാളിച്ചു പറ്റെ ലതയമ്പൊടു ശൈശവത്തിൽ

പാലിച്ചു പല്ലവപുടങ്ങളിൽ വച്ചു നിന്നെ;

ആലോലവായു ചെറുതൊട്ടിലുമാട്ടി, താരാ-

ട്ടാലാപമാർന്നു മലരേ, ദലമർമ്മരങ്ങൾ   2

പാലൊത്തഴും പുതുനിലാവിലലം കുളിച്ചും

ബാലാതപത്തിൽ വിളയാടിയുമാടലെന്യേ

നീ ലീലപൂണ്ടിളയ മൊട്ടുകളോടു ചേർന്നു

ബാലത്വമങ്ങനെ കഴിച്ചിതു നാളിൽ നാളിൽ   3

ശീലിച്ചു ഗാനമിടചേർന്നു ശിരസ്സുമാട്ടി-

ക്കാലത്തഴും കിളികളോടഥ മൗനമായ് നീ

ഈ ലോകതത്വവുമയേ, തെളിവാർന്ന താരാ-

ജാലത്തൊടുന്മുഖതയാർന്നു പഠിച്ചു രാവിൽ   4

ഈവണ്ണമമ്പൊടു വളർന്നഥ നിൻറയെംഗ-
മാവിഷ്ക്കരിച്ചു ചില ഭംഗികൾ മോഹനങ്ങൾ
ഭാവം പകർന്നു വദനം, കവിൾ കാന്തിയാർന്നു,
പൂവേ, അതിൽ പുതിയ പുഞ്ചിരി സഞ്ചരിച്ചു.   5

ആരോമലാമഴക്, ശുദ്ധി, മൃദുത്വ, മാഭ
സാരള്യമെന്ന, സുകുമാരഗുണത്തിനെല്ലാം
പാരിങ്കലതേുപമ; ആ മൃദുമയെയിൽ നവ്യ-
താരുണ്യമനേതിയൊരു നിൻ നില കാണണം താൻ.   6

വൈരാഗ്യമറിയെൊരു വൈദികനാട്ടെ, യറോ-
വൈരിയ്ക്കു മുൻപുഴറിയോടിയ ഭീരുവാട്ടെ,
നരേ വിടർന്നു വിലസീടിന നിന്നെ നോക്കി-
യാരാകിലെന്തു, മിഴിയുള്ളവർ നിന്നിരിക്കാം.   7

മെല്ലെന്നു സൗരഭവുമൊട്ടു പരന്നു ലോക-
മെല്ലാം മയക്കി മരുവുന്നളവന്നു നിന്നെ
തെല്ലോ കൊതിച്ചനുഭവാർത്ഥികൾ; ചിത്രമല്ല-
തില്ലാർക്കുമീഗുണവു, മവേമകത്തു തന്നേും.   8

ചതോേഹരങ്ങൾ സമജാതികളാം സുമങ്ങ-
ളത്തേും സമാനമഴകുള്ളവയണ്ടെങ്കിലും നീ
ജാതാനുരാഗമൊരുവന്നു മിഴിക്കു വദേ-
യമതോേ വിശേഷസുഭഗത്വവുമാർന്നിരിക്കാം.   9

"കാലം കുറഞ്ഞ ദിനമണ്ടെങ്കിലുമർത്ഥദീർഘം,
മാലറേയെണ്ടെങ്കിലുമതീവ മനോേഭിരാമം
ചാലെ കഴിഞ്ഞരിയ യൗവന"മെന്നു നിന്റെ-

യീ ലഘോലമനേി പറയുന്നനനുകമ്പനീയം.   10

അന്നപെപ്പമാണഴകു കണ്ടു വരിച്ചിടും നീ–
യനെന്നഹോർത്തു ചിത്രശലഭങ്ങളണഞ്ഞിരിക്കാം;
എന്നല്ല, ദൂരമതിൽനിന്നനുരാഗമഹേതി
വന്നനെന്നുമാം വിരുതനങ്ങൻഒരു ഭൃംഗരാജൻ.   11

കില്ലില്ലയേ ഭ്രമരവർയ്യനെ നീ വരിച്ചു
തലെല്ലണ്ടെക്കിലും ശലഭമനേിയ മാനിയാതെ
അല്ലണ്ടെക്കിൽ നിന്നരികിൽ വന്നിഹ വട്ടമിട്ടു
വല്ലാതിവൻ നിലവിളിക്കുകയില്ലിദാനീം.   12

“എന്നംഗമകേനിഹ തീറുകണ്ടെടുത്തുപഗേയ് ഞാൻ
എന്നനയകാമുകരയെെക്കെ മടക്കിയില്ലേ?
ഇന്നഹോമല വിരവിലനെന്ന വടെിഞ്ഞിടല്ലേ”
എന്നെക്കെയെല്ലി ബത! വണ്ടു പുലമ്പിടുന്നു?   13

ഹാ! കഷ്ട,മാ വിബുധകാമിതമാം ഗുണത്താ–
ലാകൃഷ്ടനാ, യനുഭവിച്ചെരു ധന്യനീയാൾ
പഗേകെട്ടെ നിന്നെടെരുമിച്ചു മരിച്ചു; നിത്യ–
ശഗോകാർത്തനായിനിയിരിപ്പതു നിഷ്ഫലംതാൻ.   14

ചത്തീടുമിപ്പഗേഴിവനല്പവികല്പമില്ല
തത്താവ്യശം വ്യയസനകുണ്ഠിതമുണ്ടു കണ്ടാൽ
അത്യുഗ്രമാം തരുവിലും ബത! കല്ലിലും പഗേയ്
പ്രത്യക്ഷമാഞ്ഞു തല തല്ലുകയല്ലി ഖിന്നൻ?   15
ഒന്നഹോർക്കിലിങ്ങിവ വളർന്നു ദൃഢാനുരാഗ–
മന്യഹോന്യമാർന്നുപയമത്തിനു കാത്തിരുന്നു

വന്നീയപായമഥ കണ്ടളി ഭാഗ്യഹീനൻ
ക്രന്ദിക്കയാം; കഠിന താൻ ഭവിതവ്യതേ നീ!   16

ഇന്നല്ലയെങ്കിലയി, നീ ഹൃദയം തുറന്നു
നന്ദിച്ച വണ്ടു കുസുമാന്തരലോലനായി
"എന്നച്ചതിച്ചു ശഠ"നെന്നതു കണ്ടു നീണ്ടു
വന്നേറുമാധിയഥ നിന്നെ ഹനിച്ചു പൂവേ!   17

ഹാ! പാർക്കിലീ നിഗമനം പരമാർത്ഥമെങ്കിൽ
പാപം നിനക്കു ഫലമായയഴൽ പൂണ്ട വണ്ടേ!
ആപത്തഴും തഴിലിലേർക്കുക മുമ്പു; പശ്ചാ-
ത്താപങ്ങൾ സാഹസികനിങ്ങനയെങ്ങുമുണ്ടാം.   18

പോകെട്ടതൈക്കെ,യഥവാ യുവലോകമല്ലോ-
മകോന്തമാം ചരിതമാരറിയുന്നു പാരിൽ
ഏകുന്നു വാക്പടുവിനാർത്തി വൃഥാപവാദം,
മൂകങ്ങൾ പിന്നിവ – പഴിക്കുകിൽ ദോഷമല്ലേ?   19

പോകുന്നിതാ വിരവിൽ വണ്ടിവിടം വെടിഞ്ഞു
സാകൂതമാംപടി പറന്നു നഭസ്ഥലത്തിൽ
ശോകാന്ധനായ് കുസുമചേതന പോയ മാർഗ്ഗ-
മകോന്തഗന്ധമിതു പിൻതുടരുന്നതല്ലീ?   20

ഹാ! പാപമേമൽമലരേ ബത! നിൻറെ മലേലും
ക്ഷപേിച്ചിതേ കരുണയറ്റ കരം കൃതാന്തൻ
വ്യാപാരമേ ഹനനമാം വനവടേനുണ്ടോ
വ്യാപന്നമായ് കഴുകനെന്നു, കപോതമെന്നും?   21

തറ്റെന്നു ദഹസുഷമാപ്രസരം മറഞ്ഞു
ചറ്റെല്ലിരുണ്ടു മുഖകാന്തിയതും കുറഞ്ഞു
മറ്റെന്തുരപ്പു? ജവമീ നവദീപമണ്ണ-
വറ്റിപ്പുകഞ്ഞഹഹ! വാടിയണഞ്ഞുപഴേയി.   22

ഞെട്ടറ്റു നീ മുകളിൽനിന്നു നിശാന്തവായു
തട്ടിപ്പതിപ്പലവുണർന്നവർ താരമെന്നേ
തിട്ടം നിനച്ചു മലരേ ബത! ദിവ്യഭോഗം
വിട്ടാശു ഭുവിലടിയുന്നെരു ജീവനെന്നേ?   23

അത്യന്തകഷേമളതയാർന്നെരു നിൻറ മേനീ-
യത്തുന്ന കണ്ടവനിതന്നയെധീരയായി
സദ്യഃസ്ഫുടം പുളകിതാംഗമിയന്നു പൂണ്ടേ-
രുദ്വഗേമഖേതുമുപകണ്ത്യുണാങ്കുരങ്ങൾ.   24

അനയ്യൂനമാം മഹിമ തിങ്ങിയഒരാത്മതത്വ-
മനെയെ നിലത്തു ഗതമൗക്തികളുക്തിപഴേൽ നീ
സന്നാഭമിങ്ങനെ കിടക്കുകിലും ചുഴന്നു
മിന്നുന്നു നിൻ പരിധിയിപ്പഒഴുമനെന്നു തഴേന്നും.   25

ആഹാ, രചിച്ചു ചറെു ലൂതകളാശു നിൻറ
ദഹത്തിനകേി ചരമാവരണം ദുകൂലം
സ്നഹോർദ്രയായുടനുഷസ്സുമണിഞ്ഞു നിന്മലേ
നീഹാരശീകരമനഹേരമന്ത്യഹാരം.   26

താരങ്ങൾ നിൻ പതനമഹേർത്തു തപിച്ചഹഹേ! ക-
ണ്ണീരായിതാ ഹിമകണങ്ങൾ പഒഴിഞ്ഞിടുന്നു;
നരോയി നീഡതരുവിട്ടു നിലത്തു നിൻറ

ചാരത്തു വീണു ചടകങ്ങൾ പുലമ്പിടുന്നു.   27

ആരഘോമലാം ഗുണഗണങ്ങളിണങ്ങി ദഘോഷ-
മഘോരാതുപദ്രവവുമഞെന്നിനു ചയെതിടാതെ,
പാരം പരാർത്ഥമിഹ വാണഞെരു നിൻ ചരിത്ര-
മാരഘോർത്തു ഹൃത്തടമഴിഞ്ഞു കരഞ്ഞുപഘോകാ?   28

കണ്ടീ വിപത്തഹഹ! കല്ലലിയുന്നിതാടൽ-
കൈണ്ടാശു ദിങ്മുഖവുമിങ്ഗനെ മങ്ങിടുന്നു
തണ്ടാർസഖൻ ഗിരിതടത്തിൽ വിവർണ്ണനായ് നി-
ന്നിണ്ടൽപ്പടെുന്നു, പവനൻ നടെുവീർപ്പിടുന്നു.   29

എന്തിന്നലിഞ്ഞു ഗുണധഘോരണി വച്ചു നിന്മഘേൽ?
എന്തിന്നതാശു വിധിയവേമപാകരിച്ചു?
ചിന്തിപ്പതാരരിയ സൃഷ്ടിരഹസ്യ, മാവ-
തഞെതുള്ളു? ഹാ! ഗുണികളൂഴിയിൽ നീണ്ടു വാഴാ!   30

സാധിച്ചു വഗേമധവാ നിജ ജന്മകൃത്യം
സാധിഷ്ഠർ പഘോട്ടിഹ സദാ നിശി പാന്ഥപാദം
ബാധിച്ചു രൂക്ഷശില വാഴ്വതിൽനിന്നു മഘേ-
ജയഘോതിസ്സുതൻ ക്ഷണികജീവിതമല്ലി കാമ്യം?   31

എന്നാലുമുണ്ടഴലനെിക്കു വിയഘോഗമഘോർത്തും
ഇന്നത്ര നിൻ കരുണമായ കിടപ്പു കണ്ടും
ഒന്നല്ലി നാ,മയി സഹഘോദരരല്ലി, പൂവെ,

ഒന്നല്ലി കയ്യിഹ രചിച്ചതു നമ്മയെല്ലാം?   32
ഇന്നീവിധം ഗതി നിനക്കയി പഘോക! പിന്നഞെ–

ന്നൈന്നായ്ത്തുടർന്നു വരുമാ വഴി ഞങ്ങളെല്ലാം;
ഒന്നിന്നുമില്ല നില-ഉന്നതമായ കുന്നു-
മന്നല്ലയാഴിയുമൈരിക്കൽ നശിക്കുമേർത്താൽ.   33

അംഭോജബന്ധുവിത നിന്നവശിഷ്ടകാന്തി
സമ്പത്തടെടുപ്പതിനണഞ്ഞു കരങ്ങൾ നീട്ടി;
ജ്യംഭിച്ച സൗരഭമിതാ കവരുന്നു വായു
സമ്പൂർണ്ണമാ,യഹഹ! നിന്നുടെ ദായഭാഗം.   34

'ഉത്പന്നമായതു നശിക്കു,മണുക്കൾ നിൽക്കും
ഉത്പന്നമാമുടൽ വടിഞ്ഞൈരു ദഹീ വീണ്ടും
ഉത്പത്തി കർമ്മഗതി പോലെ വരും ജഗത്തിൽ'
കൽപിച്ചിടുന്നിവിടയെയിങ്ങനെ ആഗമങ്ങൾ.   35

ഖദേക്കകകൈണ്ടു ഫലമില്ല, നമുക്കതല്ല
മഹേദത്തിനും ഭുവി വിപത്തു വരാം ചിലപ്പോൾ;
ചതൈന്യവും ജഡവുമായ് കലരാം ജഗത്തി-
ലതേണ്ടെങ്കിലും വടിവിലീശ്വരവൈഭവത്താൽ.   36

ഇപ്പശ്ചിമാബ്ധിയിലണഞ്ഞൈരു താരമാരാ-
ലുത്പന്നശോഭമുദയാദ്രിയിലെത്തിടുമ്പോൾ
സത്പുഷ്പമേ! യിവിടെ മാഞ്ഞു സുമേരുവിന്മേൽ
കൽപദ്രുമത്തിനുടെ കൈമ്പിൽ വിടർന്നിടാം നീ.   37

സംഫുല്ലശോഭമതു കണ്ടു കുതൂഹലം പൂ-
ണ്ടമ്പോടെടുക്കുമളിവണീകൾ ഭൂഷയായ് നീ
ഇമ്പത്തയും സുരയുവാക്കളിലെകി രാഗ-
സമ്പത്തയും സമധികം സുകൃതം ലഭിക്കാം.   38

അല്ലണ്ടെങ്കിലാ ദ്യുതിയഴെഗ്രന്നമരർഷിമാർക്കു
ഫുല്ലപ്രകാശമിയലും ബലിപുഷ്പമായി
സ്വർല്ലേകവും സകലസംഗമവും കടന്നു
ചെല്ലാം നിനക്കു തമസഃപരമാം പദത്തിൽ.   39

ഹാ! ശാന്തിയൗപനിഷദൈക്തികൾതന്നെ നൽകും
ക്ലേശേപ്പതാത്മപരിപീഡനമജ്ഞയേഗ്യം;
ആശാഭരം ശ്രുതിയിൽ വയ്ക്കുക നമ്മൾ, പിന്നെ-
യീശാജ്ഞപോലെ വരുമൈക്കയുമേർക്ക പൂവേ!   40

കണ്ണേ, മടങ്ങുക, കരിഞ്ഞുമലിഞ്ഞുമാശു
മണ്ണാകുമീ മലരു, വിസ്മൃതമാകുമിപ്പോൾ;
എണ്ണീടുകാർക്കുമിതുതാൻ ഗതി! സാദ്ധ്യമെന്തു
കണ്ണീരിനാൽ? അവനി വാഴ്വു കിനാവു, കഷ്ടം!   41

നളിനി (ഖണ്ഡകാവ്യം)

രചന:എൻ. കുമാരനാശാൻ (1911)

{{}}

–1–

നല്ലഹമൈവതഭൂവിലറേയൊയ്
കൈല്ലമണ്ഡങ്ങൊരു വിഭാതവളേയിൽ
ഉല്ലസിച്ചു യുവയഗോഗിയകേനുൽ–
ഫുല്ലബാലരവിപഗോലക കാന്തിമാൻ

–2–

ഓതി നീണ്ട ജടയും നഖങ്ങളും
ഭൂതിയും ചിരതപസ്വിയനെന്നതും
ദയഗോതമാനമുടൽ നഗ്നമൈടു ശീ–
താതപാദികളവൻ ജയിച്ചതും

–3–

പാരിലില്ല ഭയമനൈന്നുമറേയെ–
ണ്ടാരിലും കരുണയനെന്നുമതേനും
പഗേരുമനെന്നുമരുളീ പ്രസന്നമായ്
ധീരമായ മുഖകാന്തിയാലവൻ

–4–

തല്പരത്വമവനാർന്നിരുന്നു തൈ–
ല്ലപ്പഗോൾ വന്നെരിയയെയൂഴികാക്കുവാൻ
കഗേപ്പിടും ന്യപതിപഗേലയും കളി–
ക്കഗേപ്പടെുത്ത ചറെുപത്തൈല്പഗേലയും

–5–

ഇത്രധന്യതതികണ്ഞ്ഞുകാൺമതി–
ല്ലത്രനൂനമണ്ടൊരു സാർവഭൗമനിൽ
ചിത്തമാം വലിയ വടൈരി കീഴമർ
ന്നത്തൽതീർന്ന യമിതന്നെ ഭാഗ്യവാൻ

-6-

ധ്യാനശീലനവനണ്ടധിത്യകാ–
സ്ഥാനമാർന്നു തടശടേഭ നടേക്കിനാൻ
വാനിൽനിന്നു നിജനീഡമാർന്നഴെും
കാനനം ഖഗയുവാവുപടേലവെേ

-7-

ഭൂരിജന്തുഗമനങ്ങൾ പൂത്തഴെും
ഭൂരുഹങ്ങൾ നിറയുന്ന കാടുകൾ,
ദൂർദർശനക്യശങ്ങൾ കണ്ടുതടെ
ചാരുചിത്രപടഭംഗിപടേലവൻ

-8-

പണ്ടു തന്റെ പുരപുഷ്പവാടിയുൾ–
ക്കടൈണ്ട വാപികടെ വന്നെ പടെയ്കയിൽ
കണ്ടവൻ കുതുകമാർന്നു തന്നെലിൽ
തണ്ടുലഞ്ഞുവിടരുന്ന താരുകൾ

-9-

സാവധാനമതിരടേറു ചടെല്ലുവാ–
നാ വികസ്വരസരസ്സയച്ചപടേൽ
പാവനൻ സുരഭിവായു വന്നുക–
ണ്ടാവഴിക്കു പദമൂന്നിനാനവൻ

-10-

ആഗതർക്കു വിഹഗസ്വരങ്ങളാൽ
സ്വാഗതം പറയുമാ സരോജിനി
യഭോഗിയേ വശഗനാക്കി രമ്യഭൂ-
ഭാഗഭംഗികൾ ഹരിക്കുമാരയും

-11-

എന്നുമല്ല ശുഭരമ്യഭൂവിവർ-
ക്കനെന്നുമുള്ളഒരനവദ്യഭോഗമാം
വന്യശോഭകളിലത്രയല്ലയീ-
ധന്യനാർന്നൊരു നിസർഗ്ഗജം രസം

-12-

ആകയാൽ സ്വയമകുണ്ഠമാനസൻ
പോകയാമതുവഴിക്കു തന്നിവൻ
ഏകകാര്യമഥവാ ബഹൂത്ഥമാം
ഏകഹേതു ബഹുകാര്യകാരിയാം

-13-

കുന്നുതന്നടിയിലത്തവേ സ്വയം
നിന്നുപഴേയ് ത്ഥടിതി ചിന്തപൂണ്ടപോൽ
എന്നുമല്ല ചറെുതാർത്തിയാർന്നവാ-
റെന്നുവീർത്തു നടെുതായുടൻ യതി.

-14-

എന്തുവാൻ യമിയിവണ്ണമന്തരാ
ചിന്തയാർന്നതഥവാ നിനയ്ക്കുകിൽ

ജന്തുവിന്നു തുടരുന്നു വാസനാ-
ബന്ധമിങ്ങുടലു വീഴുവോളവും

-15-

അപ്പുമാന്റയെകമേളമാര്ന്ന വീര്-
പ്പപ്പപ്പൊഴാഞ്ഞനതിദൂരഭൂമിയില്
അദ്ഭുതം തരുവിലീനമനേയായ്
നില്പൊരാള്ക്കു തിരതല്ലി ഹൃത്തടം

-16-

സ്വന്തനിഷ്ഠയതിനായ് കുളിച്ചു നീര്-
ചിന്തുമീറനൊടു പൈയ്കതന്തടേ
ബന്ധുരാംഗരുചിതൂവിനിന്നുഷ-
സ്സന്ധ്യപോലെയൊരു പാവനാംഗിയാള്

-17-

കണ്ടതില്ലവര് പരസ്പരം മരം-
കൊണ്ടു നരേവഴി മറഞ്ഞിരിക്കയാല്
രണ്ടുപേരുമകതാരിലാര്ന്നിതുല്-
ക്കണ്ഠ കാണ്ക ഹഹ! ബന്ധവൈഭവം!

-18-

ആ തപോമൃദിതയാള്ക്കു തല്ക്ഷണം
ശീതബാധ വിരമിച്ചുവൈങ്കിലും
ശ്വതേമായ് ത്ധടിതി കുങ്കുമാഭമാ-
മാതപം തടവിലും മുഖാംബുജം

-19-

ആശപോകിലുമതിപ്രിയത്തിനാൽ
പശേലാംഗിയയഴലകേുമഗേർമ്മയിൽ
ആശ വായുവിൽ ജരൽപ്രസൂനയാ-
മാ ശിരീഷലതപഗേൽ ഞടുങ്ങിനാൾ

-20-

സീമയറ്റഴലിലഺെട്ടു സൂചിത-
ക്ഷമേമഺെന്നഥ ചലിച്ചു മീനിനാൽ
ഓമനച്ചറെുമ്യണാളമനെന്നപഗേൽ
വാമനതേരയുടെ വാമമാം കരം

-21-

ഹന്ത! കാനനതപസ്വിനി ക്ഷണം
ചിന്ത ബാലയിവളാർന്നു വാടിനാൾ
എന്തിനഗേ കുലവധൂടികൾക്കഴെു-
ന്നന്തരംഗഗതിയാരറിഞ്ഞുതാൻ!

-22-

ഒന്നു നിർണ്ണയമുദീർണ്ണാശഗേഭയാ-
ളിന്നു താപസകുമാരിയല്ലിവൾ
കുന്ദവല്ലി വനഭൂവിൽ നിൽക്കിലും
കുന്ദമാണതിനു കാന്തി വറേയൊം

-23-

എന്നുമല്ല സുലഭാംഗഭംഗിയാ-
ണിന്നുമിത്തരുണി പൗരിമാരിലും
മിന്നുകില്ലി ശരദഭ്രശാതയായ്
ഖിന്നയാകിലുമഹഗേ തടില്ലത?

-24-

കൃച്ഛ്റമായിവൾ വടെിഞ്ഞു പഴേന്നൊെരാ-
സ്വച്ഛരസൗഹൃദരിവൾക്കു തുല്യരാം,
അച്ഛനും ജനനിതാനുമാർത്തിയാ-
ലിച്ഛയാർന്നു മൃതിതാൻ വരിച്ചുപഴേൽ

-25-

ഹാ! ഹസിക്കരുതു ചയെ്തു കവേലം
സാഹസിക്യമിവളെന്നു സാധ്വിയാൾ!
ഗഹേവും സുഖവുമൈെക്കവെിട്ടു തൻ–
സ്നഹേമഴേതിയതുചയെ്തതാണിവൾ

-26-

സ്നിഗ്ദ്ധമാരിവളയെഴേർത്തിരുന്നു സ-
ന്ദിഗ്ദ്ധമശ്രുനിര പയെ്തുതാൻ ചിരം
മുഗ്ദ്ധതൻ മൃദുകരം കൈെതിച്ചുമേ
ദഗ്ദ്ധരായ് പല യുവാക്കൾ വാണുതാൻ

-27-

ഈവിധം സകല ലഴേഭനീയമീ-
ജീവിതം വ്രതവിശീർണ്ണമാക്കിനാൾ
ഭാവുകാംഗിയഥവാ മനഴേജ്ഞമാം
പൂവുതാൻ ഭഗവദർച്ചനാർഹമാം

-28-

ജീവിതാശകൾ നശിച്ചു വാടിയുൾ-
പ്പൂവു ജീവഗതിയഴേർത്തു ചയെ്കയാം

ദവേദവേപദസവേയവേമീ–
ഭൂവിലാവിലത പഴ്വേതിന്നിവൾ

–29–
ശാന്തയായ് സുചിരയഴ്വേഗസംയത–
സ്വാന്തയായിവിടെ മവേയറേനൊൾ
കാന്തയിന്നടിതകർന്ന സത്വേപഴ്വേൽ
ദാന്തിയറ്റു ദയനീയയായിതേ

–30–
ഈ മഹാവ്രത കഴ്തിച്ച സിദ്ധിയെ–
ങ്ങാമയം പരമിതഴ്ങിതന്തുവാൻ
ഹാ! മനുഷ്യനഥവാ ഹിതാർത്ഥമായ്
വാമലീല തുടരുന്നതാം വിധി

–31–
മാനസം ഭഗവദംഘ്രിപണ്കജ–
ധ്യാനധാരയിലുറച്ചിടായ്കയാൽ
ദീനയായ് ഗതിതടഞ്ഞു വനേലിൽ
ശ്യാനയാം തടിനിപഴ്ലെ തന്വിയാൾ

–32–
നഴ്ന്ത ചിത്തമഴ്ടു നിന്നു കണ്ണുനീർ
ചിന്തി ഹഴ്മൈനസരഴ്ജമഴ്ത്തവൾ
സന്തപിച്ചു വധുവിന്നധീരമാ–
ണന്തരംഗമതിവിജ്ഞയാകിലും

–33–

ഖിന്നഭാവമിതകറ്റി മാനസം
പിന്നയെയും പ്രതിനിവൃത്തമാക്കുവാൻ
സന്നഹിച്ചഥ സരസ്സിൽ നഌക്കിയാ-
സ്സന്നധരെയ തനിയെ പുലമ്പിനാൾ

-34-

സ്വാമിയാം രവിയെ നഌക്കിനിൽക്കുമന്റെ
താമര തരളവായുവറ്റേറു നീ
ആമയം തടവിടായ്ക തൽക്കര-
സ്തഌമമുണ്ടു തിരിയുന്നദിക്കിലും

-35-

സന്തതം മിഹിരാത്മശഌഭയും
സ്വന്തമാം മധു കഌതിച്ച വണ്ടിനും
ചന്തമാർന്നരുളി നിൽക്കുമഌമലേ
ഹന്ത! ധന്യമിഹ നിന്റെ ജീവിതം

-36-

കഌട്ടമറ്റവിടയെത്തിയിന്ദ്രിയം
പാട്ടിലാക്കിയപഭീതിയാം യതി
കാട്ടിലിങ്ങനെ മനുഷ്യഗഌമാം
പാട്ടുകഌട്ടു പരമാർന്നു കൗതുകം

-37-

വാക്കിലും പഌരുളിയും രസസ്രവം
വായ്ക്കുമാ മധുരശബ്ദമെത്തിടും
ലാക്കിലും ചവികഌദുത്തു കാട്ടിലും
നഌക്കിനിന്നു ലയലീനനായവൻ

-38-

ഹാ! വിശിഷ്ടമൃദുഗാനമിന്നി നീ

കൂവിടായ്ക കുയിലയേനക്ഷരം

ഏവമഭേതിയലയും മരങ്ങൾ തൻ

പൂവഴെയും തല തളിർത്തശാഖയും

-39-

കാണി നിന്നവിടയെിത്ഥമാസ്ഥയാൽ

കാണുവാനുഴറി കണ്ഠരീതിയാൽ

പ്രാണസൗഖ്യമരുളും സജീവയാം

വീണതന്നെ ലയവദേിയാം യതി-

-40-

വന്യഭൂമിയിൽ വഹിച്ചു പൂമണം

ധന്യനായഹഹ! വന്നണഞ്ഞു നീ

തന്നെനലെ! തഴുവുകിന്നു ശണ്കവ-

ണ്ടെന്നെ ഞാൻ മലിനമേനിയല്ലടേ

-41-

കഞ്ജലീനഖഗരാഗമെന്നപേൽ

മഞ്ജുഗാനമതു വീണ്ടുമീവിധം

വ്യഞ്ജിതാശയമടുത്തുകടേവൻ

കഞ്ജിനീതടമണഞ്ഞു നഭേക്കിനാൻ

-42-

ചാഞ്ഞലഞ്ഞ ചെറുദവേദാരുവി-

ന്നാഞ്ഞ ശാഖകളടിക്കു, ചിന്തയാൽ

കാഞ്ഞു, കാൺമതു മനോരഥങ്ങളാൽ
മാഞ്ഞു തൻനില മറന്നു നിന്നവൾ.

–43–

'ഹാ! കൃശാ തരുതലത്തിലിന്ദുവി–
ന്നകേരശ്മിയതുപോലെയൊരിവൾ?
മാഴ്കിടുന്നു, ദയതോന്നും– 'എന്നലി–
ഞ്ഞകേയാമവളെ നോക്കിനാൻ യമി.

–44–

അപ്പൊഴാശു തനിയെ വിടർന്നവൾ–
ക്കുലപ്പലങ്ങളടെിടഞ്ഞ കണ്ണുകൾ
ഉൾപ്പരമഭേദമഥ വലേിയറോമാർ–
ന്നദ്ഭുതാംഗിയുടെ ചന്ദ്രനഭോ യതി!

–45–

ദൂരെ നിന്ന് യമിതന്നയൊാശു ക–
ണ്ടാരതെന്നുമുടനയേറിഞ്ഞവൾ
പാരമിഷ്ടജനരൂപമേരുവാൻ
നാരിമാർക്കു നയനം സുസൂക്ഷ്മമാം.

–46–

ഞടെടിയെന്നഥ കുഴങ്ങിനിന്നു പി–
ന്നെടുട്ടു സംഭ്രമമിയന്നു പാഞ്ഞവൾ
തിട്ടമായ് യതിയെ നോക്കി, യാഴിയെ
മുട്ടിനിന്നണമുറിഞ്ഞ വാരിപോല്‍.

–47–

'അൻപിനിന്നു ഭഗവൻ, ഭവല്‍പദം
കുമ്പിടുന്നഗതിയായ ദാസി ഞാൻ'
വമ്പിയവേമവളഏതി, യഗേഗിതൻ‌–
മുൻപില്‍ വീണു മൃദുഹമേയഷ്ടിപഏല്‍.

–48–

ഒറ്റയായിടകുരുങ്ങി വാച്ച തൻ
കുറ്റവാർകുഴലു തലപദങ്ങളില്‍
ഉറ്റരാഗമടെടിഞ്ഞു കാൺകയാല്‍
മുറ്റുമഏര്‍ത്തു കൃതകൃത്യയയെന്നവൾ.

–49–

ഉന്നിനിന്നു ചറെതുൾക്കുരുന്നിനാല്‍
ധന്യയപെപ്പുനരനുഗ്രഹിച്ചുടൻ,
പിന്നിലാഞ്ഞവളഹ ഹസ്തസംജ്ഞയാ–
ലുന്നമിപ്പതിനുമഏതിനാല്‍ യമി.

–50–

സ്പഷ്ടമാജ്ഞയതിനാലെ പൈങ്ങിയും
നഷ്ടചഏഷ്ടത കലര്‍ന്നു തങ്ങിയും
കഷ്ടമായവിടെ നിന്നണെീറ്റുതെ
ദൃഷ്ടയത്ന ദയനീയയായവൾ.

–51–

മാറില്‍ നിന്നുടനിഴിഞ്ഞ വല്‍ക്കലം
പറേയാശു പദരണൊ തൈട്ടവൾ
കൂറൈടും തലയില്‍ വച്ചു, സാദരം
മാറിനിന്നു യമിതന്നെ നഏക്കിനാല്‍.

-52-

'എന്തുവാനഭിമതൻ കഥിക്കുമഴേ?
എന്തുവാൻ കരുതുമഴേ മഹാനിവൻ?'
ചിന്തയവേമവളാർന്നു; തുഷ്ടിയാൽ
ഹന്ത! ചയെ്തു യമി മൗനഭദേനം.

-53-

'മംഗലം ഭഗിനി, നിന്റെ ഭക്തിയാൽ
തുംഗമഴേദമിയലുന്നു ഞാൻ ശുഭേ
എങ്ങു ചൈല്ലിവിടയൊരങ്ങെടൊരു നീ
യങ്ങു നിന്നു മുനിപുത്രദർശനേ?'

-54-

എന്നുരച്ചു പുനരുത്തരഴേൽകനായ്
നിന്നുതര സ്വയമസംഗനാകിലും,
സ്യന്ദമാനവദാരു വാരിമഴേൽ
മന്ദമാച്ചുഴിയിലാഞ്ഞപഴേലവൻ.

-55-

'മുന്നിലൻ നിയതിയാലണഞ്ഞുമി-
ന്നന്നെനെ യെൻപ്രിയനറിഞ്ഞതില്ലിവൻ!
സന്നവാസനനഹഴേ മറന്നുതാൻ
മുന്നമുള്ളതഖിലം മഹാശയൻ.'

-56-

ഏവമഴേർത്തുമഥ വീർത്തുമാർന്നിടും
ഭാവചാപലമടക്കിയും ജവം
പാവനാംഗി പരിശങ്കമാനനായ്

സാവധാനമവനോടു ചൊല്ലിനാൾ–

–57–

"കഷ്ടകാലമഖിലം കഴിഞ്ഞു ഹാ!
ഭിഷ്ടമീ വടിവിയന്നു വന്നപോൽ
മൃഷ്ടനായിഹ ഭവാൻ; ഭവാനു പ–
ണ്ടിഷ്ടയാം 'നളിനി' ഞാൻ മഹാമതേ!

–58–

പ്രാണനോടുമൊരുനാൾ ഭവൽപദം
കാണുവാൻ ചിരമഹോ! കൊതിച്ചു ഞാൻ
കണ്ടുവാണിവിടെ, യകേമർത്ഥിയാം
പ്രാണിതൻ പ്രിയമൊരിക്കലീശ്വരൻ.

–59–

സന്ന്യസിച്ചളവുമാസ്ഥയാൽ ഭവാൻ
തന്നയെപ്പോർത്തിഹ തപസ്സിൽ വാണു ഞാൻ
ധന്യയായ് സപദി കണ്കമൂലമ–
ങ്ങങ്ങനെന്നെ യപ്പോർക്കുകിലു മപ്പോർത്തീടായ്കിലും."

–60–

ഏവമപ്പോതിയിടരാർന്നു കണ്ണുനീർ
തൂവിനാൾ മൊഴി കുഴങ്ങി നിന്നവൾ.
ഭാവശാലികൾ പിരിഞ്ഞുകൂടിയാ–
ലീവിധം വികലമാം സുഖോദയം.

–61–

ധീരനായ യതി നോക്കി തമ്പിതൻ

ഭൂരിബാഷ്പപരിപാടലം മുഖം,
പൂരിതാഭയടെടുഷസ്സിൽ മഞ്ഞുതൻ
ധാരയാർന്ന പനിനീർസുമോപമം.

-62-

ആരതനെന്നുടനറിഞ്തു കൗതുകം
പാരമാർന്നു കരുതിപ്പുരാഗതം,
ചാരുശൈശവകഥയ്ക്കുതന്നെ ചരേ-
ന്നഴേരുവാക്കരുളിനാൻ കനിഞ്ഞവൻ.

-63-

“പാരവും പരിചയംകലർന്നഴും
പരുമീ മധുരമായ കണ്‍വും
സാരമായ് സ്മൃതിയിൽ നീയുമിപ്പഴെൾ നിൻ
ദൂരമാം ഭവനവും വരുന്നയെ!

-64-

കണ്‍ടുടൽ സ്വയമറിഞ്ഞിടാത്തതഴേര-
ത്തിണ്‍ടൽവണ്ടേ സഖി! കണേിടണ്ടകളേ,
പണ്ടു നിന്നയെഴെരിളം കുരുന്നതായ്
കണ്ടു ഞാൻ, സപദി വല്ലിയായി നീ

-65-

എന്നിൽ നിന്നണുവുമലേക്കിലപ്രിയം
നിന്നു കഴെുമയി! കണ്ടിടുന്നുതഴെ
നിന്നിലിപ്രണയചാപലത്തെ ഞാ-
നന്നുമിന്നുമഴെരുപഴേല വത്സലഴെ.

-66-

പഴേയതൈക്കയെഥവാ നമുക്കയേ,
പ്രായവും സപദി മാറി കാര്യവും
ആയതത്വമറിവിന്നുമാർന്നു,—പഴേ
ട്ടായതനെത്തിവിടെ വാണിടുന്നു നീ:

-67-

ഓർക്കുകിന്നതഥവാ വ്യഥാ ശുഭേ
ഹതേ കളേക്കുവതൈരർത്ഥമതേിനഴേ
നീ തുനിഞ്ഞു—നിജകർമ്മനീതരാ-
യതേുമാർഗ്ഗമിയലാ ശരീരികൾ!

-68-

പിന്നയെഴെന്നഴെരുപകാരമതേിനഴേ,
യനെന്നയെഴേർത്തു സഖി, ഏതതഴേതുക,
അനയ്ജീവനുതകി സ്വജീവിതം
ധന്യമാകുമമലേ വിവകേികൾ."

-69-

മാലു ചറ്റെുടനകന്നുമുള്ളിലെ—
ന്നാലുമാശ തടവാതെ വാടിയും,
ആലപിച്ചയതിതന്നെ നഴേക്കിനാൾ
ലഴേലകണ്മതിലഴേലലഴേചന.

-70-

നവ്യമാം പരിധിയാർന്നനുക്ഷണം
ദിവ്യദീപ്തി ചിതറീടൂമാമുഖം,
ഭവ്യശീലയവൾ കണ്ടൂ, കുണ്ഠയാ-
യവയവസ്ഥിതരസം, കുഴങ്ങിനാൾ.

-71-

പാരമാശു വിളറിക്കറുത്തുടൻ
ഭൂരിചോന്നുമഥ മഞ്ഞളിച്ചുമേ
നാരിതൻ കവിൾ നിറം കലർന്നു, ഹാ!
സൂര്യരശ്മി തടവും പളുങ്കുപോൽ.

-72-

തലെലുനിന്നരുണകാന്തിയിൽ കലർ-
ന്നുല്ലസിച്ച ഹിമശീകരോപമം,
മലെല്ലയൊർന്നു മൃദുഹാസമശ്രുവും
ചെല്ലിനാൽ മൊഴികൾ ചാരുവാണിയാൽ

-73-

"ആര്യ! മുൻപരിചയങ്ങൾ നൽകിടും
ധൈര്യമാർന്നു പറയുന്നു മദ്ഗതം,
കാര്യമിന്നതയി? കേൾക്കുമോ കനി-
ഞ്ഞാര്യമാകിലുമനാര്യമാകിലും?

-74-

പാരമുള്ളിലഴലായി, ജീവിതം
ഭാരമായി, പറയാതെഴിക്കുകിൽ
തീരുകില്ല, ധരയിൽ ഭവാനെഴി-
ത്താരുമില്ലതുമിവൾക്കു കേൾക്കുവാൻ.

-75-

ആഴുമാർത്തിയഥവാ കഥിക്കിലീ-
യൂഴമേർത്തിടുമതന്യഥാ ഭവൻ,

പാഴിലേതിടുകയല്ലേ വിധിക്കു ഞാൻ
കീഴടങ്ങി വിരമിക്കയല്ലേ വരം?

-76-

തന്നതില്ല പരനുള്ളു കാട്ടുവാ-
നെന്നുമേ നരനുപായമീശ്വരൻ
ഇന്നു ഭാഷയതപൂർണ്ണമിങ്ങഹേ
വന്നുപങ്കം പിഴയുമർത്ഥശങ്കയാൽ!

-77-

മുട്ടുമെന്നഴലറിഞ്ഞിടായ്കിലു
തറെറിയൻ ഹൃദയമായനേരുകിൽ
ചെറ്റുമേ പെറെറുതിയില്ല പിന്നെ ഞാൻ
പറ്റുകില്ലറിക മണ്ണിൽ വിള്ളിലും”

-78-

ഏവമേതി അതിദൂനയായി നി-
ന്നാവരാംഗി, യതിതൻ മുഖാംബുജം
പാവനം പരിചിൽ നോക്കിനാൾ, അവൻ
കവേലം കരുണയാർന്നു ചൊല്ലിനാൻ!-

-79-

“അന്യഥാ മതിവരില്ലനിക്കു നിൻ
മന്യുവിങ്കൽ നിയതം മഹാവ്രതേ!“
കന്യയെന്നു വടുവെന്നു മല്ലോകി-
ല്ലന്യഭാവമറികാത്മവേദികൾ.

-80-

ആടലൊട്ടവൾ വടിഞ്ഞു സത്വരം
തടേി ധരൈയമഥ, പൂവനത്തിലും
കാടുതൻ നടുവിലും സുമർത്തുവിൽ
പാടീടും കുയിലുപഴേല, ചൈല്ലിനാൾ-

-81-

"വന്നു വത്സല, ഭവാൻ സമക്ഷമാ-
യിന്നു, ഞാൻ വ്യഥ മറന്നതഴേർക്കയാൽ,
എന്നുമല്ല, കരുതുന്നു വീട്ടിൽ നാ-
മന്നു വാണതു തുടർന്നുപഴേൽ മനം.

-82-

ലഴേനാര്യനുരുവിട്ടു കടേൈരാ-
ബാലപാഠമഖിലം മനഴേഹരം!
കാലമായധികമിന്നൈരക്ഷരം
പഴേലുമായതിൽ മറപ്പതില്ല ഞാൻ.

-83-

ഭൂരിപൂക്കൾ വിടരുന്ന പൈയ്കയും
തീരവും വഴികളും തരുക്കളും
ചാരുപുൽത്തറയുമഴേർത്തിടുനതിൻ-
ചാരൈ നാമഴെുമഴെുത്തുപള്ളിയും.

-84-

ഓർത്തിടുന്നുപവനത്തിലണ്ടെങ്ങുമ-
ണ്ടങ്ങാർത്തു ചിത്രശലഭം പറന്നതും
പാർത്തുനിന്നതു മണഞ്ഞു നാം കരം
കഴേർത്തു കാവിനരികെ നടന്നതും.

-85-

പാടുമാൺകുയിലെ വാഴ്ത്തിയാ രവം
കൂടവയേനുകരിച്ചു പഴേയതും
ചാടുകാരനുടനെന്നെടൊർയനാ-
പ്പടേയെപ്പരിഹസിച്ചു ചെന്നതും.

-86-

ഉച്ചയായ് തണലിലാഞ്ഞു പുസ്തകം
വച്ചു മല്ലികയറുത്തിരുന്നതും
മെച്ചമാർന്ന ചെറുമാലകടെടിയൻെറ
കെച്ചു വാർമുടിയിലങ്ങണിഞ്ഞതും.

-87-

എണ്ണിടുന്നെളിവിൽ വന്നു പീഡയാം
വണ്ണമൻെറ മിഴികൾ പെത്തിയനെന്നതും
തിണ്ണമങ്ങതിൽ വലഞ്ഞുകഴേുമൻെറ
കണ്ണുനീരു കനിവിൽ തുടച്ചതും.

-88-

എന്തിനെതുവതതെർക്കിലാ രസം
ചിന്തുമൻെറ സുദിനമസ്തമിച്ചിതേ,
ഗന്തുകാമനുടനാർയൻ, ഏകിലാ-
മന്തരായമതെിർവാത്യപേലിവൾ.

-89-

പേട്ടെ-എൻ സഹചരൻ വിയുക്തനായ്
നാട്ടിൽ നിന്നഥ മറഞ്ഞതഞ്ജസാ

കടേ‌ട്ടു ഞടെ‌ട്ടിയയിവീണു ഗർജ്ജിതം
കടേ‌ട്ട പന്നഗകുമാരിപഴേല ഞാൻ.

-90-

പിന്നയെന്റെ പ്രിയപിതാക്കൾ കാത്തുഴ—
ന്നനെന്നയെങ്ങവരഴല്‌പ്പടൊതയെയും
ഉന്നി വാണ‌ഒരിടമാര്‌യനല്ലേൂമീ—
മന്നിലന്റെന്നുടലു ഞാൻ വിടാതയെയും.

-91-

ഹർഷമകേുവതിനച്ഛനരേ നി—
ഷ്‌കർഷമാര്‌ന്നഥ വളർന്നു ഖിന്നയായ്,
കർഷകൻ കിണറിനാൽ നനയ്‌ക്കിലും
വർഷമറ്റ വരിനല്ലുപഴേല ഞാൻ

-92-

ഓർത്തിടായ്‌കിലുമഹഹേ! യുവത്വമന്റെ—
മൂർത്തിയാർന്നഥ വലഞ്ഞിതരേ ഞാൻ
പൂത്തിടും തരുവിലും തടത്തിലും
കാത്തിടാ ലതകൾ, കാലമത്തിയാൽ

-93-

ഓതുവാനമുതനെനിക്കു പിനഃയെന്റെ—
തതനഹേർത്തഒരു വിവാഹനിശ്ചയം
കാതിലത്തി, വിഷവഗേമറേറപഴേൽ
കാതരാശയ കുഴണ്ഡി വീണു ഞാൻ.

-94-

ആഴുമമ്പടെതി സ്വാന്തമഴേതുമന്റെ
തഴേഴിമാരയെയുമഴിച്ചു ഞാൻ പരം
വാഴുമൗഷധമകറ്റി,യാ ശ്രമം
പാഴിലായഴെു മസാദ്ധ്യരഴേഗികൾ.

-95-

ശാന്തമാക ദുരിതം! വിനിശ്ചിത-
സ്വാന്തയായ് കദനശല്യമൂരുവാൻ
ധ്വാന്തവും ഭയവുമഴേർത്തിടാതുടൻ
ഞാൻ തടാകതടമത്തെി രാത്രിയിൽ".

-96-

വഗേമാബ്ഭയദനിശ്ചയം ശ്രവി-
ച്ചാകുലാദ്ഭുത ദയാരസഴേദയൻ,
ഏകിനാൻ ചവെിയവൻ, സഗദ്ഗദം
ശഴേകമാർന്നു കഥ പിൻതുടർന്നവൾ.

-97-

ലഴേകമെക്കയെയുമുറങ്ങി, കൂരിരു-
ട്ടാകെ മൂടിയമമൂർത്തി ഭീകരം
ഏകയാ്യവിടെ നിന്നു, സൂചിയഴേ-
റ്റാകിലെന്നുടലറിഞ്ഞിടാതെ ഞാൻ

-98-

തിണ്ണമായിരുളിൽനിന്നു വിശ്വസി-
ച്ചണെ്ണിനന്റേ ഠടിതി ഭൂതഭാവികൾ,
വിണ്ണിൽ ഞാനെടുവിൽ നഴേക്കി, സത്രപം
കണ്ണാടഞ്ഞുഡുഗണങ്ങൾ കാൺകയാൽ,

-99-

'നിത്യഭാസുര നഭശ്ചരങ്ങളേ,
ക്ഷിതിയവസ്ഥ ബത നിങ്ങളേർത്തിടാ
അത്യനർത്ഥവശ ഞാൻ ക്ഷമിപ്പിനി-
ക്യതയ'മെന്നുമവയഷേടിരന്നു ഞാൻ.

-100-

ഓർത്തുപിന്നുടനഗാധതഷേയമാം
തീർത്ഥസീമയിലിറങ്ങിയണ്ങ്ടു ഞാൻ
ആർത്തിയാൽ മഴെയിലഷേ മനസ്സിലഷേ
പ്രാർത്ഥിതം ചരമാമവമഷേതിനാൽ.

-101-

'ജീവിതശേനയെനുഗ്രഹിക്ക, വൻ-
ഭൂവിലുണ്ടു ഗിരിജ! വലഞ്ഞുടൻ
ഈവിധം തുനിവതാമശക്ത ഞാൻ
ദവേി, നിൻപദമണയ്ക്കയംബികേ!

-102-

കാണുകിൽ പുളകമാം കയത്തില-
ങ്ങാണുകകഷെൽവതിനുടൻ കുതിച്ചു ഞാൻ,
ക്ഷഷേണിയിൽ പ്രണയപാശമറ്റഴെും
പ്രാണികൾക്കു ഭയഹഷേതുവതേുവാൻ?

-103-

ചണ്ടിതൻ പടലി നീങ്ങിയാഴുമെൻ
കണ്മെഷെട്ടുപരിതണ്ങ്ടി, ആകയാൽ

ഇണ്ടലാർന്നുഴറിയേർത്തു, താമര-
ത്തണ്ടിൽ വാർമുടി കുരുങ്ങിയെന്നു ഞാൻ.

-104-

സത്വരം പടലി നീണ്ടിയാഴുമനെ
കണ്മടെട്ടുപരിതങ്ങി, ആകയാൽ
ഇണ്ടലാർന്നുഴറിയേർത്തു, താമര-
ത്തണ്ടിൽ വാർമുടി കുരുങ്ങിയെന്നു ഞാൻ.

-105-

അമ്പിയന്നു ഭയമൈക്കക നീക്കിയൈ-
ന്നിമ്പമകേിയവൾ നൈക്കി സുസ്മിത,
മുമ്പിലപ്പഴൈഴുതുദിച്ചുപൈങ്ങിടു-
ന്നമ്പിളിക്കതിരഹേ നതാംഗിയാൾ!

-106-

നിഷ്പൂണ്ടരികിൽ വണിരുട്ടിലന്റെ
ധൃഷ്ടമാം തൈഴിലു കണ്ടുയഗേിനി,
ഇഷ്ടമായ മൃതിയത്തടഞ്ഞു ഹാ!
ഭിഷ്ടമൈങ്ങിനെ യൈരാൾക്കതെ വരൂ.

-107-

കടെട്ടിയാഞ്ഞു കരയറേിയാശു കൈ-
വിട്ടു നിന്നു കഥ ചഗേിയാതവൾ
ഒട്ടതന്റെ പ്രലപനത്തിൽ നിന്നറി-
ഞ്ഞഞൈട്ടറിഞ്ഞു നിജ വൈഭവങ്ങളാൽ.

-108-

ഈറനമ്പെടു പകർന്നു വൽക്കലം
മാറിയാ മഹതിയത്തുടർന്നു ഞാൻ
വറേുമയെ നിയതി നൽകുടുന്നതും
പേറിയെങ്ങനെ പരതേ ദഹിപ്പേൽ.

-109-

അധ്വഖദേമറിയാതവാറു ചെ-
ന്നത്തപഞ്ചോധന കനിഞ്ഞ വാർത്തകൾ
എത്തി ഞങ്ങളെെരു കാട്ടിലും ദ്രുതം
ചിത്രഭാനുവുദയാചലത്തിലും.

-110-

അന്തരംഗഹിതനാം ഭവാനെെഴി-
ഞ്ഞെന്തികത്തിൽ വനശോഭ കാണവേ
സന്തപിച്ചവൾ പരം, രമിക്കയി-
ല്ലണ്ടെങ്കിലും പ്രണയഹീനമാനസം

-111-

കീർത്തനീയഗുണയെന്നെ നിർഭയം
ചേർത്തു ഇന്നയെവളിത്തപെചോവനം,
ആർത്തിയണ്ടെങ്കിലുമതീവ ധന്യയെ-
ന്നചോർത്തിയ്താര്യനെ യനുപ്രയാത ഞാൻ

-112-

ഒത്തു ഞങ്ങളുടജത്തിലുന്നിൽ വാ-
ണത്യുദാരമഥ വിദ്യയും സ്വയം
വിത്തിനായ് മുകിലു വൃഷ്ടിപ്പോലയൊ-
സിദ്ധയചോഗിനിയനെിക്കു നൽകിനാൾ.

-113-

പഞ്ചവൃത്തികളടക്കിയന്വഹം
നഞ്ചുവച്ചുരുതപഃേമയം ധനം
സഞ്ചയിപ്പതിനു ഞാൻ തുടങ്ങി, പി–
ഞ്ഞഞ്ചുവട്ടമിഹ പുത്തു കാനനം.

-114-

കാമിതം വരുമനെിക്കു വഗേമെ–
ന്നാ മഹാമഹതി ചയെ്തനുഗ്രഹം,
പ്രമേമാർന്ന ഗുരുവിൻ പ്രസാദമാം
ക്ഷമേമൂലമിഹ ശിഷ്യയലേകരിൽ

-115-

മംഗലാശയ! കഴിഞ്ഞു രണ്ടു നാ–
ളിങ്ങ്നു പിന്നയെനിമിത്തമനെ്തിനഃേ,
പങ്െങ്ിടുന്നു സുഖമാർന്നുമന്തരാ
മണ്ങിടുന്നു ഭയമാർന്നുമനെ്മനം

-116-

സ്വരൈമായ മുഹുരുദിച്ചിടുന്നു ദുർ–
വ്വാരമനെ്റ മതിയിൽ, തപസ്യയിൽ
കൗരിയഃേടരിയ പുഷ്പഹതേിതൻ
വരൈിയായ വടുവിൻ സമാഗമം.

-117-

ഇന്നലെ ബ്ഭഗണമദ്ധ്യഭൂവിൽ ഞാൻ
നിന്നു കൂപ്പിയ വസിഷ്ഠഭാമിനി

വന്നു നിദ്രയതിൽ "ഏൽക്ക നിൻ പ്രിയൻ
വന്നു' എന്നരുളിനാൾ ദയാവതി"

-118-

എന്നു ചൊല്ലി വിരമിച്ചു, തന്മുഖം
നിന്നു നോക്കി, നടുമാർഗ്ഗഖിന്നയായ്
എന്നപോൽ, ഭരമകന്നപോലില-
ച്ചൊന്നു തമ്പി നടുവീർപ്പിയന്നവൾ

-119-

ഭാവമൊട്ടുടനറിഞ്ഞു, ശുദ്ധയാ-
മാവയസ്യയഴലാർന്നിടാതയെയും,
ഈവിധം യതി പറഞ്ഞു തന്മന-
സ്സാവിലതേരമലിഞ്ഞിടാതയെയും.

-120-

"കടേട്ടു നിഞ്ചരിതമദ്ഭുതം! ശുഭേ,
കാട്ടിൽ വാഴ്വതിനഴെുന്ന മൂലവും
കാട്ടി സാഹസമനല്പമതേതുതാ-
നാട്ടെ; നിൻ നിയമചര്യ നന്നയേ!

-121-

ഉണ്ടു കൗതുകമുരയ്ക്കിൽ, നാടതിൽ
പണ്ടിരുന്നതുമകന്നു കാടിതിൽ
കണ്ടുമുട്ടിയതു മന്നുമല്ല, നാം
രണ്ടുപേരുമൊരു വൃത്തിയാർന്നതും.

-122-

ഹാ! ശുഭേ നിജ ഗതാഗതങ്ങൾ ത-
ന്നീശനിശ്ചയമറിഞ്ഞിടാ നരൻ,
ആശ നിഷ്ഫലവുമായ് വരുന്നവ-
ന്നാശിയാതിഹ വരുന്നഭീഷ്ടവും.

-123-

സ്വന്തകർമ്മവശരായ് തിരിഞ്ഞിടു-
ന്നനന്തമറ്റ ബഹുജീവകോടികൾ,
അന്തരാളഗതിതന്നിലൊന്നൊടൊ-
ന്നനന്തരാ പടുമണുക്കളാണു നാം.

-124-

സ്നേഹമെങ്കിലുമിയന്നു ഖിന്നനായ്
സാഹസങ്ങൾ തുടരുന്നു സന്തതം
ദഹേ, ഈശകൃപയാലെ തന്മഹാ-
മോഹനിദ്രയുയുണരുന്നനാൾവരെ.

-125-

കാട്ടിലിങ്ങൊരുമഹാനുഭാവതൻ
കൂട്ടിലായ് ഭവതി, ഭാഗ്യമായി, ഞാൻ
പോട്ടെ, –ശാന്തി! –വിധി യോഗമിന്നിയും
കൂട്ടിയാകിലഥ കാൺകയാം, ശുഭേ"

-126-

ഏവമോതി നടകൊൾവതിന്നവൻ
ഭാവമാർന്നു, പരിതപ്തയായുടൻ
ഹാ! വളെുത്തവൾ മിഴിച്ചുനിന്നു മൺ
പാവപോലെ ഹതകാന്തിയായ് ക്ഷണം

-127-

ചിന്തനഞ്ചെന്തുഴറി യാത്രചഞ്ചെല്ലുമഞ്ചേ
ഹന്ത! ഭീരു യതിയത്തെത്തടുക്കുമഞ്ചേ
സ്വന്തസൗഹൃദനയങ്ങളഞ്ചേർത്തുഴ-
ന്നന്നെന്തുചയെയ്യുമവൾ?-ഹാ! നടന്നവൻ.

-128-

കണ്ടുടൻ കരളറുന്നപഞ്ചേലഴെഴു-
ന്നിണ്ടലറേറിയഭിമാനമറ്റവൾ
കുണ്ഠയാം കുമരിപഞ്ചേലക ദീനമാ,
കണ്ഠമഞ്ചേടഴുതുറക്കയെഞ്ചേതിനാൽ-

-129-

'പ്രാണനായക ഭവാന്റെ കൂടവേ
കണോപഞ്ചേം ഹൃദയനീതനായഹഞ്ചേ!
പ്രാണനന്നെ വടെയുന്നിതെ ജലം
താണുപഞ്ചേം ചിറയെ മത്സ്യമെന്നപഞ്ചേൽ'

-130-

കൂവി വായുവിലകന്ന താമര-
പ്പഞ്ചെവയൊഞ്ഞു തടയുന്ന ഹംസിപഞ്ചേൽ
ഏവമുന്മുഖി പുലമ്പിയത്തെതിയാ-
ബ്ഭൂവിൽ വീണവൾ പിടിച്ചു തല്പദം

-131-

"എന്റയെകേധനമണ്ങ്ടു ജീവന-
ങ്ങനെന്റെ ഭഞ്ചോഗമതുമെന്റെ മഞ്ചേക്ഷവും,

എന്‍റയെീശ! ദൃഢമീപദാംബുജ-
ത്തിന്‍റെ സീമ, ഇതു പഴേകിലില്ല ഞാന്‍.

–132–

അന്യഥാ കരുതിയാര്‍ദ്രനാര്യനീ-
സന്നധരൈയയയെഹേ! ത്യജിക്കല്ലൊലാ
ധന്യയാം എളിയ ശിഷ്യ, യീപദം
തന്നില്‍ നിത്യപരിചര്യയെന്നിനാല്‍."

–133–

ഹാ! മഴെിഞ്ഞിതു നഖമ്പചാശ്രുവാല്‍
കഴെമളം സതി നനച്ചു തല്‍പദം
ആ മഹാന്‍ തിരിയനെിന്നു, നിര്‍മ്മല-
പ്രമേമാം വലയിലാരു വീണിടാ!

–134–

"തഴേഗി കാരുണികനാണു നിന്‍നില്‍ ഞാന്‍,
കഴേഗൊലാ കൃപണഭാവമലേഗൊലാ,
പാഴിലവേമഴലാകുമാഴിയാ-
ഞ്ഞഴഗൊലാ നളിനി, അജ്ഞപഴേഗെ നീ.

–135–

പാവനാംഗി, പരിശുദ്ധസൗഹൃദം
നീ വഹിപ്പതതിലഴേഗഭനീയമാം,
ഭാവിയായ്കതു, ചിതാശവണ്ഗളില്‍
പൂവുപഴേല്‍, അശുഭനശ്വരണ്ഗളില്‍

–136–

സ്നേഹമാണഖിലസാരമൂഴിയിൽ
സ്നേഹസാരമിഹ സത്യമകേമാം,
മോഹനം ഭുവനസംഗമിങ്ങതിൽ
സ്നേഹമൂലമമലേ! വടെിഞ്ഞു ഞാൻ.

-137-

ആപ്തസത്യനവിയഗോഗമാം സുഖം
പ്രാപ്തമാം സഖി രഹസ്യമഗതുവാൻ"
ആപ്തനിങ്ങനെ കനിഞ്ഞുരയ്ക്കവേ
ദീപ്തദീപശിഖപഗേലണീറ്റവൾ.

-138-

നഗേക്കിനിന്നു ഹൃതയായവന്റെ ദി-
വ്യകയനിർവ്യതികരഗോജ്ജ്വലാനനം
വാക്കിനാലപരിമയേമാം മഹാ
വാക്യതതത്വമവനഗേതി ശാശ്വതം

-139-

ശങ്കപഗേയ്, ശിശിരവായുവറേറപഗേ–
ലങ്കുരിച്ചു പുളകം, വിറച്ചുതേ
പങ്കുഹീന, ഘനനാദഹൃഷ്ടമാം
പഗൈങ്കടമ്പിനൂടെ കഗൈമ്പുപഗേലവൾ

-140-

അന്തരുത്തടരസഗേർമ്മി ദു:സ്ഥയായ്
ഹന്ത! ചാഞ്ഞു തടവല്ലിപഗേൽ സതി,
സ്വന്തമയെ വികലമായപഗേലണ-
ഞ്ഞന്തരാ നിയമി താങ്ങി കകൈകെളാൽ.

-141-

ശാന്തവീചിയതിൽ വീചിപ്പോലെ സം-

ക്രാന്തഹസ്തമുടൽ ചരേന്നു തങ്ങളിൽ,

കാന്തനാദമണെടു നാദമന്നെപ്പോൽ,

കാന്തിയോടപരകാന്തി പോലെയും.

-142-

ധന്യമാം കരനസത്വയുഗ്മമ-

ന്യോന്യലീനമറിവറ്റു നിൽക്കവേ

കന്യ കവേലസുഖം സമാസ്വദി-

ച്ചന്യദുർല്ലഭമലോകസംഭവം

-143-

ഭേദമില്ലവളിയന്നൊരാ സുഖം

താദ്യശം സകല ഭാഗ്യമല്ലതാൻ,

ഖേദലേശവുമിയന്നതില്ല, വി-

ച്ഛേദഭീതിയുളവായുമില്ലതിൽ.

-144-

ചാരുഹാസ, യറിവന്നി പയെതു ക-

ണ്ണീരുടൻ, ചർമ്മമഘേവ്യഷ്ടിപോൽ,

ധാരയാലഥ നനഞ്ഞ നഞ്ചില-

ദ്ധീരധി പുളകമാർന്നുമില്ലവൻ.

-145-

ഓമലാൾ മുഖമതിന്നു നിർഗ്ഗമി-

ച്ചേമിതി ശ്രുതി നിഗൂഢവൈഖരി,

ധാമമെന്നുടനുയർന്നു മിന്നലപ്പോൽ
വിയ്യോമമണ്ഡലമണഞ്ഞു മാഞ്ഞുതരേ.

-146-
ക്ഷീണയായ് മിഴിയടച്ചു, നിശ്ചല-
പ്രാണയായുടനവന്റെ തഴേളതിൽ
വീണു, വായു വിരമിച്ചു കതേവിൽ
താണുപറ്റിയ പതാകപോലേവൾ.

-147-
ഞടിടിയെന്നകമലിഞ്ഞു സംയമം
വിട്ടു വീർത്തു നടുതായ് മഹായമി
പെട്ടിടഞ്ഞ തനു തന്റെ മനേ വരേ-
പടെടിടാഞ്ഞു ബത! ശങ്കതടേിനാൻ.

-148-
സ്തബ്ധമായ് ഹൃദയമറേ ഭാരമാ-
പുഷ്പഹാരമൃദുമയെ തണുത്തുപോയ,
സുപ്തിയല്ല ലയമല്ല യോഗമ-
ല്ലപ്പെഴാർന്നതവളനെന്നറിഞ്ഞവൻ

-149-
"എന്തു സംഭവമിതന്തു ബന്ധമി-
ങ്ങന്തു ഹതേുവിതിനന്തൈരർത്ഥമേ!
ഹന്ത! കർമ്മഗതി! ബാലയന്റെ ബാ-
ഹാന്തരം ചരമശയ്യയാക്കിനാൾ

-150-
സ്നേഹഭാജനതയാർന്ന ഹൃത്തിതിൽ
ദഹേമിങ്ങനെ വടെിഞ്ഞു പാറ്റപോൽ

മഗ്ദമാർന്നു പരമാം മഹസ്സഹേ
മഗ്ദനാംഗി തഴികിക്കഴിഞ്ഞിവൾ!

-151-

ആരറിഞ്ഞു തനുഭ്യത്തുകൾക്കു നി-
സ്സാരമവേമസുബന്ധമെന്നഹേ!
നാരി, നിന്നിളവയസ്സിതതേ ഹൃ-
ത്താരിയന്ന പരിപാകമതേയേ!

-152-

ഞടെടറുന്ന മലരും തൃണാഞ്ചലം
വിട്ടിടുന്ന ഹിമബിന്ദുതാനുമേ
ഒട്ടുദു:ഖമിയലാം, വപുസ്സു വ-
റിട്ട നിൻ സുഖമഹേ! കലതിക്കിലാം.

-153-

ഹന്ത! സാധ്വി, മധുരീകരിച്ചു നീ
സ്വന്തമമൃത്യു സുകുമാരചേതനേ,
എന്തു നാണമിയലാം ഭവജ്ജിതൻ
ജന്തുഭീകരകരൻ, ഖരൻ, യമൻ?

-154-

ജാതസൗഹൃദമുറങ്ങുവാൻ സ്വയം
ജാത, തള്ളയുടെ മാറണഞ്ഞപോൽ,
നീ തുനിഞ്ഞു നിരസിച്ചിരിക്കിൽ ഞാ-
നതേ സാഹസികനാമഹേ? പ്രിയേ!

-155-

ത്യാഗമവേനു വരും സമഗ്രമീ–
ഭോഗലഭേനജഗത്തിലന്നെന്നുമേ
വഗേമിന്നതു വടിഞ്ഞു ഹാ! മഹാ–
ഭാഗയാം നളിനി ധന്യതന്നു നീ!

-156-

ഉത്തമേ! വിഗതരാഗമാകുമ–
ന്നുൾത്തടത്തയെയുമുലച്ചു ശാന്ത നീ
ഇത്തരം ധരയിലങ്ങു ശുദ്ധമാം
ചിത്തവും മധുരമായ രൂപവും.

-157-

നരേു–ശൈെശവമതിങ്കലന്നു നിൻ
ഭൂരിയാം ഗുണമറിഞ്ഞതില്ല ഞാൻ,
കേരകത്തിൽ മധുവന്നപേലയെയുൾ–
ത്താരിൽ നീ പ്രണയമാർന്നിരുന്നതും,

-158-

ഇന്നഹോ! ചിരസമാഗമം സ്വയം
തന്ന ദെവൈഗതിയെത്തെഴുന്നു ഞാൻ,
എന്നുമല്ലനുതപിച്ചിടുന്നു,തന്നേ–
വന്ന നിന്മെഴികൾ നിന്നുപേകയാൽ

-159-

ബദ്ധരാഗമിഹ നീ മെഴിഞ്ഞെരാ–
ശുദ്ധവാണി വനവായുലീനമായ്,
ശ്രദ്ധയാർന്നതിനെ യാസ്വദിച്ചു ഹാ!
സിദ്ധസന്തതി സുഖിക്കുമേമലേ!
-160-

ആകുലത്വമിയലിലില്ല യോഗി ഞാൻ,
ശങ്കമില്ലിനി നിനക്കുമതേതുമേ,
നീ കുലീനഗുണദീപികേ, വിടും
ലങ്കമാണു ദയനീയമനെ പരിയേ!

–161–

വണേീയാകിയ വളെുത്ത നിർദ്ധര–
ശ്രേണി ചിന്നിവിരഹാർത്തിയാർന്നു താൻ
ക്ഷേണി കന്ദര നിരുദ്ധകണ്ഠയായ്
കണേീതാ മുറയിടുന്നു കേൾക്ക നീ!

–162–

നീലവിൺനടുവുറച്ചു ഭാനു കാ–
ണ്മീല കാട്ടിലുമനക്കമെന്നിനും
ബാല നീ ഥഡിതി പൈഞ്ചുമൂക്കിനാൽ
കാലചക്രഗതി നിന്നുപോയിതേ!

–163–

ധന്യയായി സഖി ഞാനസംശയം,
നിന്നെടൈക്കുമുപദേശഭാജനം
അന്യനാം ഗുരു ലഭിച്ചതില്ലയീ–
മന്നിൽ വിദ്യയവളിവായ നാൾമുതൽ

–164–

മാനസം പരിപവിത്രമായി നിൻ
ധ്യാനയോഗ്യചരിതം സ്മരിച്ചയേ
ജ്ഞാനി നീ ഭവതി സിദ്ധിയാർന്നനൈരൻ–
മനേയും മഹിത തീർത്ഥഭൂമിയായ്
–165–

ധർമ്മലേപമണയാതെ നമ്മളിൽ
ശർമ്മവും വ്യഥയുമങ്കീയറേനൊൾ
നിർമ്മലയൊരുവഴിക്കു നീണ്ടൊരീ
കർമ്മപാശഗതി നീ കടന്നുതേ!

-166-

പരമേഗൗരവമിയന്നിവണ്ണമുൾ-
സ്ഥമേയറ്റരുളിയാർന്നു പിന്നയും
ആ മഹാൻ നിജയമം ചലിക്കുമേ
ഭൂമിയും ഹൃദയലീനഹതേുവാൽ

-167-

ദ്രുതമവിടയെണഞ്ഞാ ശിഷ്യയത്തടേിയപ്പോൾ
കൃതനിയമ കനിഞ്ഞാചാര്യ കഷായവഷ്ഷോ
മൃതതനുവതുകണ്ടങ്ങൊട്ടു വാവിട്ടു കണോൾ
ഹതശിശുവിനനൊേക്കിദ്ദൂനയാം ധനോപഴേല

-168-

'നളിനി നളിനി'യെന്നാമന്ത്രണം ചയെ്തുചെന്നാ-
മിളിതയമിവപുസ്സായ്പേരു പൂമയെ്യടെുത്താൾ
ദളിതഹൃദയ- കയ്യൊൽ ശാന്തിബിംബത്തിൽനിന്നും
ഗളിതസുഷമമാം നിർമ്മാല്യമാല്യം കണക്കേ

-169-

അനയ്ഒേന്യസാഹ്യമൊടു നീലകുശാസ്തരത്തിൽ
വിനയസ്തരാക്കി മൃദുമയെ്യവർ നൊേക്കിനിന്നാർ
വനയ്ഭേഹസ്തരഗളിതം ബിസപുഷ്പമൊത്താർ-
ന്നന്യൂനദീനതയതണ്ടെ്കിലുമാഭതാനും

-170-

അല്പംവലഞ്ഞഥ പരസ്പരമ്പോതിവ്യത്ത–
മുല്പന്നബ്ബോധരവമ്പേർത്തു വിധിപ്രകാരം
ച്ഐെപ്പെങ്ങുമാ ഗിരിജ ചവേടി ചരേത്തദിക്കിൽ
കല്പിച്ചവൾക്കു ഖനനം വരയ്ക്കോഗിയ്ക്കോഗ്യം

–171–

നിവാപവിധിപ്പോലെ ബാഷ്പനിരതൂവി നിക്ഷിപ്തമാം
ശവാസ്തരമകന്നു–ഹാ! കൃപണർപ്പോലെ രണ്ടാളുമേ
പ്രവാസമതിനായ് സ്വയം പുനരുറച്ച്ഐരായ്ക്കോഗിയാം
'ദിവാകരനെ' വിട്ടു യ്ക്കോഗിനി മറഞ്ഞു സന്ധ്യാസമം

–172–

ല്പോകക്ഷമേ്പോത്സുകനഥ വിദശേത്തിൽ വാണാ യതീന്ദ്രൻ,
ശ്പോകംചരേ്ന്നീലവനു നളിനീ്ചിന്തയാൽ ശുദ്ധിയറേി
ഏകാന്താച്ഛരം വിഷയമഘമിങ്ങതേുമേ ചിത്തവ്യത്തി–
ക്കകോ കണ്ണാടിയിലിനമയൂഖങ്ങൾ മങ്ങാ പതിഞ്ഞാൽ

–173–

അവനു പുനരമ്പോഘംപ്പോയി നൂറ്റാണ്ടു പിന്നേ്ർ–
ത്തവസിതിവിധിയൂഴിക്കത്തെതുമ്പോ നിത്യഭാഗ്യം
അവിദിതതനുപാതം വിസ്മയം യ്പോഗമാർജ്ജി–
ച്ചവിരതസുഖമാർന്നാനാ മഹാൻ ബ്രഹ്മഭൂയം!

ശുഭം

കരുണ

രചന:എൻ. കുമാരനാശാൻ (1923)

ഒന്ന്

അനുപമകൃപാനിധി,യഖിലബാന്ധവൻ ശാക്യ-
ജിനദവേൻ, ധർമ്മരശ്മി ചൈരിയും നാളിൽ,

ഉത്തരമഥുരാപുരിക്കുത്തരപോന്തത്തിലുള്ള
വിസ്തൃതരാജവീഥിതൻ കിഴക്കരികിൽ,

കാളിമകാളും നഭസ്സയെയുമ്മവയെയ്ക്കും വണെ‌ൻമനഭേജ്ഞ-
മാളികയൈന്നിന്റ തകൈ‌കെ മേലർമുറ്റത്തിൽ,

വ്യാളീമുഖം വച്ചു തീർത്ത വളഞ്ഞ വാതിലാർന്നക-
ത്താളിരുന്നാൽ കാണും ചറെ‌ുമതിലിനുള്ളിൽ,

ചിന്നിയ പൂങ്കുലകളാം പട്ടുതൈ‌ങ്ങൽ ചൂഴുമൈ‌രു
പൈ‌ന്നശഭേകം വിടർത്തിയ കുടതൻ കീഴിൽ,

മസ്യണശിലാസനത്തിൻ ചരിഞ്ഞ പാർശ്വത്തിൽ പുഷ്പ-
വിസ്യമരസുരഭിയാമുപധാനത്തിൽ,

മലെ‌ല്ലയൈ‌ട്ടു ചാഞ്ഞും വക്കിൽ കസവുമിന്നും പൂവാട
തലെ‌ല്ലളകപേരിയൈ‌രു വശത്താ‌ക്കിയും,

കല്ലൈ‌ളിവീ‌ശുന്ന കർണ്ണപൂരമർന്നും, വിടരാത്ത
മുല്ലമാല ചിന്നും കൂന്തൽക്കരിവാർമുകിൽ

ഒട്ടു കാണുമാറുമതിന്നടിയിൽ നന്മൃഗമദ-
പ്പൊടിയെന്ന മുഖചന്ദ്രൻ സ്ഫുരിക്കുമാറും,

ലസ്സേമസ്സോഹനമായ്ത്തങ്കപ്പണ്കജത്തെ വല്ലെല്ലും വലം-
കാലിടത്തു തുടക്കാമ്പിൽ കയറ്റിവച്ചും,

രാമച്ചവിശറി പനീനീരിൽ മുക്കിത്തഴേഴിയക്ക്കെ-
ണ്ട്സേമൽകവൈള കിലുങ്ങയെടുത്തു വീശിച്ചും,

കഞ്ജബാണൻതന്റെ പടംകടെടിയ രാജ്ഞിപസ്സേലെരു
മഞ്ജുളാംഗിയിരിക്കുന്നു മതിമസ്സേഹിനി.

പടിഞ്ഞാറു ചാഞ്ഞു സൂര്യൻ പരിരമ്യമായ് മഞ്ഞയും
കടുംചുവപ്പും കലർന്നു തരുക്കളുടെ

രാജൽകരകസേരങ്ങൾ വീശിടുന്നു ദൂരത്തെരു
"രാജമല്ലി" മരം പൂത്തു വിലസുംപസ്സേലെ.

കണ്ടൽ വണോമണിയവൾ കുതുകമാർന്നെരു മലർ-
ച്ചണ്ടെരു കരവല്ലിയാൽ ചുഴറ്റിടുന്നു.

ഇളംതെന്നൽ തട്ടി മലെല്ലയിളകിച്ചറെുതരംഗ-
ച്ചുളിചരേും മൃദുചലേച്ചസ്സേലയിൽനിന്നും

വളെയിൽ വരുമച്ചാരുവാമതേരപദാബ്ജം പസ്സെൻ-
തള കിലുങ്ങുമാറവൾ ചലിപ്പിക്കുന്നു.

മറയും മലർവല്ലിയിൽ കുണ്ഠിതമാർന്നിടയ്ക്കിടെ

മറിമാന്മിഴി നഴേക്കുന്നു വളെിക്കനെന്നല്ല,

ഇടതൂർന്നിമകറുത്തുമിനുത്തുള്ളിൽ മദജലം
പൈടിയും മഴേഹനനതേരം; പ്രകൃതിലഴേലം,

പിടഞ്ഞു മണ്ടിനിൽക്കുന്നു പിടിച്ചു തൂനീർ തിളങ്ങും
സ്ഫടികക്കുപ്പിയിലിട്ട പരൽമീൻപഴേലം.

തുടുതുടെ സ്ഫൈെരിച്ചഴെുമധരപല്ലവങ്ങൾ തൻ
നടുവഴേളമതെത്തും ഞാത്തിൻ ധവളരത്നം,

വിളങ്ങുന്നു മാണിക്യമായവൾ ശ്വസിക്കും രാഗംതാൻ
വളെിയിലങ്ങനെ ഘനീഭവിക്കുംപഴേലം.

നിതംബഗുരുതയാൽത്താൻ നിലംവിടാൻ കഴിയാതി–
സ്ഥിതിയിൽത്തണ്ടുമിക്ഷഴേണീരംഭതാനതരേ.

'വാസവദത്താ'ഖ്യയായ വാരസുന്ദരി–മധുരാ–
വാസികളിലറിയാതില്ലിവളയൊരും.

വളെിയിലനെന്തിനഴേ പഴേയി മടങ്ങിവരും വരേൈെരു
നളിനാക്ഷി നടന്നിതാ നടയിലായി.

കനിഞ്ഞഴൈെരു പുഞ്ചിരിപൂണ്ടവളയെക്കാമിനി കാർ–
കുനുചില്ലിക്കഴൈടികാട്ടി വിളിച്ചിടുന്നു.

"ഫലിച്ചിതഴേ സഖി, നിന്റെ പ്രയത്നവല്ലരി, രസം
കലർന്നിതഴേ ഫലം, ചൈെൽക കനിയായിതഴേ?

എനിക്കു സന്ദേഹമില്ലയിക്കുറി, യശോർക്കിലപ്പുമാൻ
മനുഷ്യനാണല്ലോ! നീയും ചതുരയല്ലോ."

ത്വരയാർന്നിങ്ങനെയവൾ തുടർന്നു ചോദിച്ചാളുട-
നരികത്തണഞ്ഞു തോഴി തൊഴുകയ്യോടെ

" 'സമയമായില്ല'ന്നുതനിപ്പൊഴും സ്വാമിനി,യവൻ
വിമനസ്സായുരയ്ക്കുന്നൂ, വിഷമ"മെന്നാൾ.

കുണ്ഠിതയായിതു കേട്ടു പുരികം കോട്ടിയും കളി-
ച്ചെണ്ടു ചെറ്റു ചൊടിച്ചുടൻ വലിച്ചെറിഞ്ഞും

മട്ടൊഴുകും വാണിയവൾ ചൊല്ലിനാൾ മനമുഴറി-
യൊട്ടു തോഴിയോടായൊട്ടു സ്വഗതമായും;

" 'സമയമായില്ല'പോലും 'സമയമായില്ല'പോലും
ക്ഷമയന്റെ ഹൃദയത്തിലൊഴിഞ്ഞു തോഴി.

കാടുചൊല്ലുന്നതാമെന്നെക്കബളിപ്പിക്കുവാൻ കയ്യി-
ലോടുമേന്തി നടക്കുമീയുല്പലബാണൻ.

പണമില്ലാഞ്ഞുതാൻ വരാൻ മടിക്കയാവാമസ്സാധു
ഗണികയായ്ത്തന്നയെന്നെഗ്ഗണിക്കയാവാം.

ഗുണബുദ്ധിയാൽ ഞാൻ തോഴി, കൗതിപ്പതക്കോമളന്റെ
പ്രണയം മാത്രമാണെന്നു പറഞ്ഞില്ലേ നീ?

വശംവദസുഖ ഞാനീ വശാക്കടേനിക്കു വരാൻ

വശമില്ലെന്നാലും വന്നതയുക്തമല്ല.

വിശപ്പിന്നു വിഭവങ്ങൾ വറെുപ്പഴ്േളമശിച്ചാലും
വിശിഷ്ടഭഴ്ോജ്യങ്ങൾ കാൺകിൽ കെതിയാമാർക്കും.

അനുരക്തരഹഴ്ോ! ധനപതികൾ നിത്യമൻെകാലിൽ
കനകാഭിഷഴ്കേച്ചയെതു തെഴുതാൽ പ്പഴ്േലും

കനിഞ്ഞെരു കടാക്ഷിപ്പാൻ മടിക്കും കൺണുകൾ കെച്ചു–
മുനിയക്കൈാണുവാൻ മുട്ടിയുഴറുന്നല്ലഴ്േ.

കമനീയകായകാൻതി കലരും ജനമിങ്ങനെ
കമനീവിമുഖമായാൽ കറിനമല്ലഴ്േ?

ഭാസുരനക്ഷത്രംപഴ്േല ഭംഗിയിൽ വിടർന്നിടുന്ന
കസേരമുകുളമുൺടഴ്ോ ഗന്ധമഴ്ോതെ.

അഥവാ കഷ്ട!മീ യുവാവശ്ശ്രമണഹതകന്റെ
കഥയില്ലായ്മകൾ കടേ്ടു കുഴങ്ങുന്നുൺടാം.

അവസരം നഴ്ോക്കുന്നുൺടാം; യമരാജ്യത്തിലാ ശാക്യ–
സ്ഥവിരന്നു പഴ്േയെതുങ്ങാൻ സ്ഥലമില്ലല്ലി!

അനുനയം ചെൽവാൻ ചവിതരുന്നുൺടഴ്ോ? സഖീ,യവ–
ന്നനുരാഗാങ്കുരം വാക്കിൽ സ്ഫുരിക്കുന്നുൺടഴ്ോ?

വിവിക്തദശേത്തിൽ തന്ന വചിച്ചിതഴ്േ, ദ്യൂത്യ, മന്റെ
വിവക്ഷിതമറിഞ്ഞെല്ലാം പറഞ്ഞിതഴ്ോ നീ?

യതിമര്യാദയില്‍ത്തന്നയെവനഭേര്‍ക്കില്‍ ക്ഷണിക്കുമനെന്‍
സദനത്തില്‍ വന്നു ഭിക്ഷ ഗ്രഹിക്കാമല്ലഭേ!

അതു ചയെയ്യുമായിരുന്നാലത്രമാത്രമായ് മിഴിക്കാ
മധുരാക്യതിയെ നഭേക്കി ലയിക്കാമല്ലഭേ!

അര്‍ത്ഥഭാണ്ഡങ്ങള്‍തന്‍ കനംകുറഞ്ഞുപഭേകുന്നു, തഭേഴീ–
യിത്തനുകാന്തിതന്‍ വിലയിടിഞ്ഞിടുന്നു,

വ്യര്‍ത്ഥമായ്ത്തഭേന്നുന്നു കഷ്ട!മവന്‍ കാണാതനെനിക്കുള്ള
ന്യത്തഗീതാദികളിലെ നപൈുണീപഭേലും."

കുലനയവിരുദ്ധമായ് കഭെഴുക്കുമപെരണയത്തില്‍
നില നായികയില്‍ കണ്ടു ഹസിച്ചു ദൂതി.

ചലദലകാഞ്ചലയായ് 'ചാപലമീതരുതെ'ന്നു
തല വിലങ്ങനയൊട്ടിത്തിരസ്കരിച്ചു.

അപഥത്തില്‍ നായികയെ നയിക്കും കുട്ടീനീ, മതി–
യുപദശേസംരംഭം നീയുരിയാടണേ്ട,

മടയരില്ല ലഭേകത്തില്‍ മുറയുരയ്ക്കാത്തതായി
പടുപാട്ടെന്നു പാടാത്ത കഴുതയില്ല.

വിളയും സുഖദു:ഖങ്ങള്‍ വിതയ്ക്കും നന്‍മതിന്‍മതന്‍
ഫലമായിട്ടെന്ന ബഭേധം പെരുളാണെങ്കില്‍

കെലയും കെള്ളയും കൂടിക്കുലപരമ്പരയായാല്‍

നലമെന്നു ചൈല്ലും നീതി നുണയാൻ നൂനം.

ധനദുർദ്ദവേതയ്ക്കനെന്നും ത്രപവിട്ടഹഭേ! മഭേഹത്താൽ
തനതംഗം ഹഭേമിക്കുമിത്തയ്യലാൾക്കുള്ളിൽ

അനവദ്യസുഖദമാമനുരാഗാങ്കുരം വരാ
തനിയെ പിന്നതു വന്നാൽ വരമല്ലല്ലീ?

കതിരവനുടെ ചറുകിരണവും കാമ്യമല്ലീ–
യതിമാത്രമിരുൾതങ്ങുമന്ധകൂപത്തിൽ?

ഉടനെ ചക്രങ്ങൾ നിലത്തുരുളുമചൈച്ചകൾ കൂട്ടി–
പ്പചൈടിപചൈങ്ങിച്ചു വീഥിയിൽ വടക്കുനിന്നും

ആനതാഗ്രമായ കചൈമ്പിൽ പൂവണിഞ്ത്തും തിരയിന്മഭേ
ഫഭേപിണ്ഡംപഭേല പചൈങ്ങും പഭേഞ്ഞു തുള്ളിച്ചൂം

കിലുകിലകെക്കിലുങ്ങുന്ന മണിമാലയാർന്ന കണ്ഠം
കുലുക്കിയും കുതിച്ചാഞ്ഞു താടയാട്ടിയും

കാള രണ്ടു വലിച്ചചൈരു കാഞ്ചനക്കളിത്തരേഭേടി
മാളികതൻ മുമ്പിലിതാ വന്നണയുന്നു.

വാതുക്കലായുട,നഗ്രം വളഞ്ഞു കിന്നരി വച്ച
പാദുകകൾ പൂണ്ടും, പട്ടുതലപ്പാവാർന്നും,

കാതിൽ വജ്രകുണ്ഡലങ്ങൾ മിനുക്കിയണിഞ്ഞും, കകൈകൾ
മഭേതിരങ്ങൾതൻ കാന്തിയിൽ തഴുകിക്കചൈണ്ടും,

തങ്കനൂല്‍ക്കുടുക്കിയന്നു തനിമഞ്ഞനിറമാര്‍ന്നഭേ-
രങ്കിയാല്‍ തടിച്ചിരുണ്ട തടി മറച്ചും,

കരയാര്‍ന്ന ചങ്കൌശയേം ഞെറിഞ്ഞു കുത്തിയുടുത്തു
പുറങ്കാല്‍വരെ പൂങ്കച്ഛരം ഞാത്തിപ്പാറിച്ചും,

പൈെന്നരഞ്ഞാണ്‍തുടല്‍ പുറത്തടിയിച്ചുമിരുപാടും
മിന്നുമുത്തരീയം നീട്ടി മഭേടിയിലിട്ടും

മണിത്തരേതില്‍നിന്നതിസുഭഗമ്മന്യനാമഭെരു
വണീശ്വരന്‍ വഭെദശേികനിറങ്ങിനിന്നു.

അതു കണ്ടുടനഭേ ദൂതിയത്തരുണീമണിയഭെ സ-
സ്മിതം നഭേക്കിക്കടക്കണ്ണാലാജ്ഞയും വാങ്ങ്ഡി,

പതിവുപഭേലുപചാരപരയായ് പഭേയകത്തയേക്കാ-
യതിഥിയയെതിരഭേറ്റു സല്‍ക്കരിക്കുവാന്‍.

ആസനംവിട്ടുടന്‍ മഭെല്ലയെഴുനഭേറ്റു വഴിയഭെതാന്‍
വാസവദത്തയും മണിയറയിലഭേക്കായ്,

പരിച്ഛരദമഭെക്കയെനഭേത്തിപ്പുറകെ നടന്നുചഭെല്ലും
പരിചാരികയാകുമന്‍നിഴലുമായി,

കരപറ്റിനിന്നു വീണ്ടും കുണഭങ്ങിത്തന്‍ കുളത്തിലഭെ-
ക്കരയന്‍നപ്പിടപഭേല നടന്നുപഭേയി.

രണ്ട്

കാലം പിന്നെയും കഴിഞ്ഞു, കഥകൾ നിറഞ്ഞ മാസം
നാലു പോയി നഭസ്സിൽ കാറൊഴിയാറായി,

പാലപൂത്തു, പരിമളം ചുമന്നു ശുദ്ധമാം പുലർ-
കാലവായു കുളിർത്തണ്ടെങ്ങും ചരിക്കയായി.

അഴകോടന്നഗരത്തിൽ തെക്കുകിഴക്കതുവഴി-
യൊഴുകും യമുനതന്റെ പുളിനം കാണ്മൂ.

ഇളമഞ്ഞവയെയിൽ തട്ടി നിറംമാറി നീലവിണ്ണിൽ
വിളങ്ങുന്ന വണ്ടൊമുകിലിൻ നിരകണക്കേ

ജനരഹിതമാം മലേക്കേകരയിലങ്ങങ്ങു കരും-
പനയും പാറയും പുറ്റും പാഴ്ച്ചെടികളും

വളെയിടങ്ങളും വായ്ക്കും സ്ഥലം കാണാം ശൂന്യതയ്ക്കു
കളിപ്പാനൊരുക്കിയിട്ട കളംകണക്കേ.

നടെിയ ശാഖകൾ വിണ്ണിൽ നിവർന്നു മുട്ടിയിലയും
വിടപങ്ങളും ചുരുങ്ങി വിക്യതമായി,

നടുവിലങ്ങു നിൽക്കുന്നു വലിയൊരശ്വത്ഥം, മുത്തു
തടികൾ തഞ്ഞേംു തൈലികൾ പൊതിഞ്ഞു വീർത്തും.

ചടുലദലങ്ങളിലും ശൃംഗഭാഗത്തിലും വയെിൽ
തടവിച്ചുവന്നു കാറ്റിലിളകി മെല്ലെ,

തടിയനരയാലതു തലയിൽത്തീകാളളും നടെും-

ചുടലബ്ഭൂതംകണക്കേ ചലിച്ചു നില്പൂ.

അടിയിലതിൻ ചുവട്ടിലധികം പഴക്കമായ്ക്ക്—
ല്ലുടഞ്ഞും പൊളിഞ്ഞുമുണ്ടൊരാല്ത്തറ ചുറ്റും.

ഇടുങ്ങിയ മാളങ്ങളിലിഴഞ്ഞേറും പാമ്പുകള്പ്പേൽ
വിടവുതരേറും പിണഞ്ഞ വരേുകളഭേടും.

പറന്നടിഞ്ഞരയാലിൻ പഴുത്ത പത്രങ്ങളഭെട്ടു
നിറംമങ്ങി നിലംപറ്റിക്കിടപ്പു നീളെ;

ഉറുമ്പിഴയ്ക്കുമരിയുമുണങ്ങിയ പൂവും ദർഭ—
മുറിത്തുമ്പും മറ്റും ചരേന്നു ചിതറിച്ചിന്നി.

അകലത്തൊരു മൂലയിൽ കടെുന്ന കനലിൽനിന്നു
പുകവല്ലി പൊങ്ങിക്കാറ്റിൽ പടർന്നറേുന്നു.

ചികഞ്ഞടെുത്തതെന്തൊ ചില ദിക്കിൽനിന്നു ശാപ്പിടുന്നു
പകലെന്നനേർക്കാതെ കൂറ്റൻ കുറുനരികൾ.

കുറിയേരങ്കുശംപേലെ കൂർത്തുവളഞ്ഞുള്ള കൈെക്കു
നിറയകെ്കൈെത്തിവലിച്ചും നഖമൂന്നിയും,

ഇരയടെുക്കുന്നു പൊരെുംകഴുകുകൾ ചില ദിക്കിൽ
പരിഭ്രമിയാതിരുന്നു ഭയങ്കരങ്ങൾ

ഉടഞ്ഞ ശംഖംപേലെയുമുരിച്ചു മുറിച്ച വാഴ—
ത്തടപേലെയും തിളങ്ങുമസ്ഥിഖണ്ഡങ്ങൾ,

അവയവശിഷ്ടങ്ങളായടിഞ്ഞു കിടക്കുന്നുണ്ടൈ–
ട്ടവിടവെിടെ മറഞ്ഞും മറയാതെയും,

അരയാൽത്തറവരയെയും വടക്കുനിന്നത്തെുന്ന കാൽ–
പ്പരുമാറ്റം കുറഞ്ഞ പാഴ്‌നടക്കാവിന്റെ

പരിസരങ്ങളിൽ ഭസ്മപ്പാത്തികൾ കാണുന്നു ചുറ്റും
കരിക്കൊള്ളിയും കരിഞ്ഞ കടയുമായി.

ഉടലെടുത്ത നരന്മാർക്കൈന്നുപേലേവേർക്കും ഭോജ്യ–
മിടരറ്റു പിതൃപഥൊമഹസമ്പ്രാപ്തം.

ഇടമിതിഹലഭേകത്തിൽ പരമാവധിയാണൈരു
ചുടുകാടാണതു ചൈല്ലാതറിയാമല്ലഭേ.

മരത്തിൻപിന്നിൽ കൈക്കുകൾ പിളർത്തിപ്പറന്നുവീണും
വിരവിൽ വാങ്ങിയും വീണ്ടുമഭേങ്ങിയുമിതാ,

കാട്ടിടുന്നനെെതഭേ ശലയങ്ങൾ കണ്‌കൌേലാഹലത്തഭേടും
കാട്ടലെിവടേയിൽപ്പഭേല മലഞ്ഞാക്കകൾ

അഹഹ! കഷ്ടമിങ്ങിതാ കുനിഞ്ഞിരുന്നൈരു നാരി
സഹിയാത താപമാർന്നു കരഞ്ഞിടുന്നു,

കരവല്ലിയൈന്നിൽക്കാകതർജ്ജനത്തിനന്ഭേതിയുള്ളഭേ–
രരയാൽച്ചിെല്ലയാട്ടിയുമശ്രു വർഷിച്ചും.

കരിയും ചാമ്പലുംപഭേല കറുത്തഭേരപ്പക്ഷികൾതൻ

ചരിഞ്ഞ നടേട്ടങ്ങൾക്കകേശരവ്യയമായി,

അരികിൽക്കാണുന്നു ചലേച്ചീന്തിനാൽ മറഞ്ഞു, നാല്പാ–
മരമരിഞ്ഞുകൂട്ടിയമാതിരിയതേ.

അതുമല്ലവൾതൻ മുമ്പിലാൽത്തരമലേ നീണ്ടു രൂപ–
വിധുരമാമനൊരു പിണ്ഡം വസ്ത്രവിദ്ധമായ്.

രുധിരാക്തമായി വില്പാനിറക്കിയിട്ട് കുങ്കുമ–
പ്പനൈതിപഴേല കിടക്കുന്നു പുതച്ചുമൂടി.

ന്ധടിതിയങ്ങിതാ പാരം ചാരുവായ് പരാംശുവായ് നിഴൽ
പടിഞ്ഞാറു വീശുമനൊരു ഭാസുരാകൃതി

നടക്കാവൂടെ വരുന്നു, ഭാനുമാനിൽനിന്നു കാറ്റിൽ
കടപനൈടിപ്പറന്നതെത്തും കതിരുപഴേല.

പാവനമാം മുഖപരിവഷേമാർന്ന മുഗ്ദ്ധയുവ–
ഭാവമടേും കൂറഴും വാർമിഴികളടേും

ആ വരും വ്യയക്തി നൂനമനൊരാരഹതനമാം, മയെയിൽ മഞ്ഞ–
ച്ചീവരം കാണുന്നു, കയെയിൽച്ചടി കാണുന്നു.

ഭിക്ഷതടേീ വരികയില്ലിവിടയെിവനന്നെല്ലി–
ബ്ഭിക്ഷു പാശുപതനല്ല ചുടലപൂകാൻ.

ഇക്ഷണം മുങ്ങുമാർക്കകേകയെകേുവാൻ പഴേന്നനെന്നും
തഴേന്നും

ദക്ഷതയും ത്വരയും ദാക്ഷിണ്യവും കണ്ടാൽ.

ശരിശരി! പരദു:ഖശമനമേർത്തല്ലഗ്രേ മറ്റും
ശരണത്രയീധനന്മാർ ഭിക്ഷതണെടുന്നു.

തിരഞ്ഞു രക്ഷനൽകുന്ന ദവേതകളല്ലഗ്രേ സാക്ഷാൽ
ധരണിയിൽ നടക്കുമിദ്ധർമ്മദൂതനന്മാർ.

അടുക്കുന്നിതവൻ, പറന്നകലുന്നുടൻ കാക്കകൾ,
ഞടുങ്ങിയാ രംഗം കണ്ടു പകച്ചു ധന്യൻ;

മടുത്തുനിൽക്കുന്നു, പിന്നമ്മഹിള മാഴ്കി വാണീടു-
മിടത്തതെത്തുന്നു, കണ്ടവൾ സംഭ്രമിക്കുന്നു.

" 'വാസവദത്ത' താനഗ്രേയി വിപന്നമാം പ്രിയജനം?
നീ സദയം ചഞ്ചൈല്ക ഭദ്രേ, 'ഉപഗുപ്തൻ' ഞാൻ"

എന്നലിഞ്ഞുഴറിയവനുരയ്ക്കുന്നു പുതച്ചവൾ–
തന്നരികിൽ കിടക്കുമത്തറ്റിയചെച്ചൂണ്ടി.

ഉടനപ്പിണ്ഡമനങ്ങാനൈരുങ്ങുനിതഹഗ്രേ! പുറ–
പ്പപടെുന്നു ഞരങ്ങി ശബ്ദം ദീനദീനമായ്.

മൃതസഞ്ജീവിനിയഗ്രേയി വാക്സുധ,യിവന്റെ നാമ–
ചറ്റുരക്ഷരിതാനിത്ര ശക്തിയാർന്നതഗ്രേ!

അഹഹ! മൃത്യുവിന്നിരുട്ടാഴിയിൽ മുങ്ങിയ സത്ത്വം
മുഹൂരിന്ദ്രിയവാതിലിൽ മുട്ടുകല്ലല്ലി!

തല നൂണുവരികലല്ലീ, കൃമികോശംതന്നിൽനിന്നു
ശലഭംകണക്കെ, ചലേച്ചുരുളിൽനിന്നും?

അതുമല്ലഹോ! മുക്കാലും പാഴ്മുകിൽ മുടി, വിഭാത-
മതി വീണു കിടക്കുന്നിങ്ങതിൽക്കാണുന്നു

ജടിലമാം കുറുനിര ചിന്നിടും ശ്വതേമാം വളർ-
നിടീലവും മയ്യഴിഞ്ഞ നതോരയുഗ്മവും

അസംശയമണൊരു നാരീമുഖംതാനിതാ നയനം
സുസംവ്യതമാമീത്തനു വികലാംഗംതാൻ

സസംഭ്രമം പഴക്കത്താൽ ഭൂലതതാനുണന്നനെ്തഹേ
പ്രസംഗിപ്പാനൊരുങ്ങുന്നു ഫലിക്കായ്കിലും.

ശരി,യസൂചനകണ്ടു ചീവരഖണ്ഡത്താൽ തഹേഴി-
യരികിൽ കാക്ക തണൊ്ടീടുമപ്പദാർത്ഥത്തെ

അധികം മൂടുന്നു വിരഞ്ഞപ്പുമാൻ കാണാതെ, ഹന്ത!
മൃതിയിലും മഹിളമാർ മറക്കാ മാനം!

പഴുതയോണഥവായിപ്പരിഭ്രമമടെഹേ തഹേഴി,
കഴിയാ നിനക്കിവന്റെ കണ്ണു മൂടുവാൻ.

മറവിൽ കിടക്കും ജന്മമൃതികാരണങ്ങൾപഹേലു-
മറിയും സൂക്ഷ്മദൃക്കാകുമാഹതനിവൻ

കമ്പമന്തിനതുമല്ലിയവയവഖണ്ഡങ്ങൾ നിൻ-

മുമ്പണയുംമുമ്പുതന്നെ കണ്ടുപഴേയിവൻ

അമ്പിനഷേടുമിവയുടയെയുടമസ്ഥയിക്കിടക്കും
ചമ്പകമനേയിയാളനെന്നും ഗ്രഹിച്ചുപഴേയി.

തുണിത്തുണ്ടിൽ മായാതെ കാണുന്നു വളിക്കഷെടുവി–
ലണഞ്ഞ കഷേലരക്കിൻ ചാറുണങ്ങിപ്പററി.

പാടലകഷേമളമായ പാദതാരും പരം ന്യത്ത–
മാടിയയവാർന്ന ചാരു നരിയാണിയും,

കാഞ്ചനകിങ്കിണിത്തളകൾതൻ മൃദുകിണ–
ലാഞ്ഛരനരമ്യമാം പുറവടിയും പൂണ്ടു,

കാഴമ്പുമഷെട്ടഷെത്ത കണങ്കാൽ മുറികളിതാ മുട്ടിൻ
താഴെച്ചഷേരയഷെലിച്ചാർന്ന വടേുകളഷേടും.

അടുത്തുതാനതാ ഹന്ത! മയിലാഞ്ചിയണിഞ്ഞല്പം
തുടുത്തും തന്ത്രികൾ മീട്ടും തഴമ്പുപൂണ്ടും,

മൃദുമിനുസമാം നഖംമിന്നി നന്മണിമഷേതിര–
മതിചിരമണിഞ്ഞഴും പാടുകൾ തങ്ങി,

കഷേമളമായ്ത്തുമ്പു കൂർത്ത വിരലലേും കരം കാണ്മൂ
ഹമേപുഷ്പംപഷേല രക്തകുണ്ടുകുമാക്തമായ്.

കഷേൾമയിർക്കഷെള്ളുമഷേർക്കുമ്പഷേൾ കഠിനമയ്യഷേ! മുറിച്ചു
ഭൂമിയിലറിഞ്ഞതാരിപ്പൂവലംഗങ്ങൾ!

ഹാ! മിന്നുന്നിപ്പഴേഴുമിവ–വില പരിച്ചരദേഹിച്ചില്ല
കാമരാജ്യത്തിങ്കൽ മുമ്പിക്കല്ലുകൾക്കാരും

'വാസവദത്ത' താനിവൾ, ഇവൾതാൻ മലർമുറ്റത്താ
വാസരാന്തത്തിൽ നാം കണ്ട വിശ്വമഗേഹിനി.

ഹാ! സുഖങ്ങൾ വറെുംജാലം, ആരറിവൂ നിയതിതൻ
ത്രാസുപങ്ങെങ്ങുന്നതും താനെ താണുപഗേവതും.

മലിനകന്ഥയാലംഗം മുറിച്ചഗേരുടൽ മുടിയ–
ന്നിലയിലിരുന്നഗേളിവൾ കിടപ്പായയയ്ഗേ.

ഇലയും കുലയുമരിഞ്ഞിടവടെടി മുറിച്ചിട്ട
മലവാഴത്തടിപഗേലെ മലർന്നടിഞ്ഞു!

ചഗേരരാരുമിവളുടെ ചുവരു തുരന്നിടഞ്ഞി–
ഗ്ഘഗേരക്കൃതയ്യം ചയെ്തതല്ല, ധനമഗേഹത്താൽ;

വാരുണീമത്തരാം വല്ല വിടരും കലഹത്തിലീ
വാരനാരിയാളെ വടെ്ടിമുറിച്ചതല്ല;

സാരമാം മന്ത്രഭഗേത്തിൽ സംശയിതയായിവൾക്കി–
ഗ്ഘഗേരശിക്ഷതൻ കഗേയിമ വിധിച്ചതല്ല.

എന്തിനന്യവിപത്തുകളഥവാ തടേുന്നു കഷ്ടം!
സ്വന്തവാളാൽ സ്വയംവടെ്ടി നശിപ്പൂ മർത്ത്യർ!

ഒട്ടുനാൾമുമ്പിവളെൊരു തഗെഴിലാളിത്തലവന്റെ–

യിഷ്ടകാമുകിയായ് വാണു രമിച്ചിരുന്നു.

കഷ്ടകാലത്തിനപ്പഴേലക്കാളവണ്ടിയിൽ നാം കണ്ട
ചടെട്ടിയാരതിഥിയായ്ച്ചനെന്നടുത്തുകൂടി.

പരിചയംകൊണ്ടു വിട്ടുപിരിയാതായവൻ, പിന്നെ
പ്പരിചാരകന്മാർ കാര്യം മറച്ചുവെച്ചു.

അഭ്യസൂയയിരുവർക്കുമുളവാകാതെഴിക്കുവാ-
നഭ്യസിച്ച തന്ത്രമെല്ലാമവർ കാണിച്ചു.

ഒരുകാര്യം നിരൂപിച്ചാലൊരുവൻ കാമ്യൻ, പിന്നെ മ-
റ്റൊരുകാര്യം നിനയ്ക്കുമ്പഴേൾ മറ്റവൻ മാന്യൻ.

ഒരുവനെപ്പിരിവാനുമൊരുകാലത്തു രണ്ടാളെ
വരിപ്പാനും പണിയായി വലഞ്ഞു തന്വി.

ദിനങ്ങൾ ചിലതു പഴേയി, നടപടികളാൽ സ്നേഹം
തനിപ്പൊനെന്നല്ലനെന്നുമാദ്യൻ സംശയിക്കയായ്

പരമസാധ്വിയിൽപ്പഴേലും പുരുഷന്നു ശങ്ക തഴേന്നാം
പുരഗണികയിൽപ്പിന്നെപ്പറയണോമഴേ?

കുപിതനാക്കിയാലവൻ കലക്കമുണ്ടാക്കും ഭാവി
വിപൽക്കരമായും തീരുമവൾക്കാ,കയാൽ

മുഖം തലെല്ലുകറുക്കുമഴേ മുഖ്യജാരനെ ക്രമണേ
പുകയുമഗ്നിബാണംപഴേലവൾ പടേിച്ചു.

പരിനാശകരമാമ'ത്തീക്കുടുക്ക' പണ്ടെടുമ്മുമ്പേ
തിരിമുറിച്ചറിയാതെ തരമില്ലെന്നായ്.

ശേഷമെന്തിനുരയ്ക്കുന്നിതവനിപ്പഴേലില്ല, സർവ്വം
ജഷേമായ്, രണ്ടുമൂന്നുനാൾ കഴിഞ്ഞു കഷ്ടം!

തഷേഷവുമെടുവളാർന്നു, ഹന്ത! യിദ്ധൂർത്തയച്ചെലൈല്ലി
യഷേഷമാരേ, നിങ്ങളെല്ലാം ലജ്ജിക്കാറുമായ്!

അഹഹ! സങ്കടാമഞ്ചേർത്താൽ മനുഷ്യജീവിതത്തകെക്കാൾ
മഹിയിൽ ദയനീയമായ് മറ്റെന്തഞ്ചേന്നുള്ളു!

പുഷ്പശക്തിവഹിക്കുമിപ്പലുങ്കുപാത്രം വിരലാൽ
മുട്ടിയാൽ മതി, തവിടുപണ്ടിയാമല്ലഞ്ചേ!

അതുമല്ല വിപത്തുകളറിയുന്നില്ലഹഞ്ചേ മർത്ത്യൻ
പ്രതിബഞ്ചേധവാനനെന്നാ പരിമഞ്ചേഹത്താൽ.

ഊറ്റമായഞ്ചേരുരഗത്തിൻ ചുരുളിനയെുറക്കത്താൽ
കാറ്റുതലയണയായയ കെരുതൂ ഭഞ്ചേഷൻ!

അതുപഞ്ചേകെട്ട പാപത്തിൻ പരിണാമം കാണ്മിൻ, നാടു
പ്രതികൂലമായ്, അവൾ തൻ തഎഴുത്തിൽനിന്നും

ഒറ്റുകാർ കുഴിച്ചവന്റെ വിക്യതപ്രതേമടെുത്തു,
കുറ്റവാളിയായവളബെബ്ബന്ധനംചെയ്തു.

ഫലിച്ചില്ല കടക്കണ്ണിൻപണിയും ധനത്തിൻ മുഷ്കു–

മുൽച്ചിലറ്റന്നിരുന്ന ധർമ്മപീഠത്തിൽ!

നിലപറ്റെ നരേൻകാന്തി നീതിവാദപടുക്കൾതൻ
വലിയ വാചാലതയിൽ മറഞ്ഞുമില്ല.

ഹാ! മഹാപാപമിതിവൾ ചയെ്തുവല്ലഷ്െ! കടുപ്പമി-
ക്കഷ്േമളിമയണ്ടെങ്ങു നഞ്ചിൻ ക്രൗൈര്യമണ്ടെഹ്ഹേ!

പ്രമേമേ, നിൻ പരേുകടേ്ടാൽ പടേിയാം, വഴിപിഴച്ച
കാമകിങ്കരർ ചയെ്യുന്ന കടുംകകൈെളാൽ.

വധദണ്ഡാർഹയയവളെ വിധിജ്ഞനാം പ്രാഡ്ഢവിവാക്ൻ
വിധിച്ചപഷ്േലഹ്ഹേ! പിന്നെ ന്യപകിങ്കരർ,

കരചരണശ്രവണനാസികൾ മുറിച്ചു ഭൂ-
നരകമാം ചുടുകാട്ടിൻനടുവിൽ തള്ളി.

ഹാ! മതിമഹ്േഹത്താൽ ചയെ്തു സാഹസമഷെ, ന്നതിനിന്നി-
പ്പുമൃദുമനേിയാൾ പറ്റെും പാടു കണ്ടില്ലഷ്െ!

നാമവും രൂപവുമറ്റ നിർദ്ദയമാം നിയമമേ,
ഭീമമയ്യഷ്െ! നിന്റെ ദണ്ഡപരിപാടികൾ!

മൂന്ന്
രക്തമലെല്ലാം ഒഴികിപ്പഷ്െയ്, ക്ഷയിച്ചു ശക്തി, സിരകൾ
രിക്തമായ്; പ്രാണപാശമറുമാറായി;

അക്കിടപ്പിലുമവളാ യുവമുനിയെ വീക്ഷിപ്പാൻ

പഞ്ഞെക്കിടുന്നു തല, രാഘവഭൈവം കണ്ടേ!

അഥവായിവൾക്കഴുമിബ്ഭാവബന്ധബലത്താൽതാൻ
ശിഥിലമായ തല്പ്രാണൻ തങ്ങിനില്പതാം;

അന്തിമമാം മണമർപ്പിച്ചടിവാൻ മലർ കാക്കില്ലേ
ഗന്ധവാഹനെ?-രഹസ്യമാർക്കറിയാവൂ?

പുടം വരണ്ടു പറ്റിയ പഴേള പണിപ്പടെട്ടു ചറെറു
വിടർത്തും കണ്ണിലവന്റെ കാന്തി വീഴവേ

അവൾ തൻ പാണ്ഡുമുഖത്തിലന്തിവിണ്ണിലനെന്നപഴേ—
യവിടുന്നഴെ ചാടിയത്തി രക്തരേഖകൾ!

മരവിച്ചു മർമ്മസന്ധിനിരയർക്ഷണമന്ത:-
കരണം വദേന വിട്ടു നിൽക്കവതേ തന്വി

സ്മരിക്കുന്നു പൂർവ്വരാഗമവനെ നഴെക്കിക്കണ്ണാൽത്താൻ
ചിരിക്കയും കരകയും ചയെയ്യുന്നു പാവം

വിരഞ്ഞന്തർഗദ്ഗദമായ്, വിടങ്കത്തിലഴെും പ്രാവിൻ
വിരുതംപഴേല മൃദുവായ് വ്യക്തിഹീനമായ്;

ഉരയ്ക്കുന്നുമുണ്ടവൾ താണുടൻ കകൈൾ പിന്നിൽ ചരേത്താ—
ഞ്ഞരികിൽക്കുനിഞ്ഞു നിൽക്കുമവനഴെടതേഴെ.

അനുനാസികവികലമന്തരഴെഷ്ലീനദീന-
സ്വനമമ്മഴെഴിയിതരൾരാവ്യമല്ലഹഴെ!

അനുകമ്പ കലർന്നതിൽശ്രാവകൻ ശ്രവിപ്പൂ, നമു-
ക്കനുമിക്കാമവനന്തേതുമുത്തരങ്ങളാൽ;

"ഇല്ല, ഞാൻ താമസിച്ചുപോയില്ലടെഹൈ സരളശീലത-
യല്ലൽ നീയിന്നനെന്നച്ചൈലിയാർന്നിടായ്കടെഹൈ,

ശോഭനകാലങ്ങളിൽ നീ ഗമ്യമായില്ലനെനിക്കു, നിൻ
സൗഭഗത്തിൽ മഹോഹമാർന്ന സുഹൃത്തല്ല ഞാൻ.

അറിയുന്നുണ്ടൈങ്കിലും ഞാനകൃത്രിമപ്രണയത്തി-
ന്നുറവൈന്നു നിങ്ങൾക്കാമ്പിലൂറി നിന്നതും.

മുറയേർക്കുമപ്പോളതു നിൻ മഹിതഗുണമെന്നേർത്തു
നിറയുന്നുണ്ടനെനിക്കുളളിൽ നന്ദിതാനുമേ;

പരമവിപത്തിങ്കലും പരിജനം നിന്നെ വിട്ടു-
പിരിയാതിങ്ങണഞ്ഞഹോ! പരിചരിച്ചു,

ചൈരിയുമിക്കണ്ണുനീർ നിൻ സ്ഥിരദാക്ഷിണ്യശീലത്ത-
യുരചയെയ്യുന്നുണ്ടതും ഞാനേർക്കുന്നുണ്ടെഹൈ.

നിയതം സ്നഹേയയോഗ്യ നിൻ സ്ഥിരദാക്ഷിണ്യശീലത്ത-
യുരചയെയ്യുന്നുണ്ടതും ഞാനേർക്കുന്നുണ്ടെഹൈ.

നിയതം സ്നഹേയയോഗ്യ നീ നിജവൃത്തിവശയായ് ദുർ-
ന്നിയതിയാൽ ഘഹോരകൃത്യം ചയെ്തുപോയല്ലഹോ!

ദയനീയം, നീയിയന്ന ധനദാഹവും സൗന്ദര്യ

സ്മയവും ഹാ! മുഗ്ദ്ധേ, നിന്നെ വഞ്ചിച്ചായല്ലേ!

അതിചപലമീയന്ത:കരണം ലഘേകഭഗേഗങ്ങൾ
പ്രതിനവരസങ്ങളാൽ ഭൂരിശക്തികൾ.

ഗതിയനെന്തു ജന്തുക്കൾക്കി-രതിരഭ്രേഷമഭേഹങ്ങളാൽ
ജിതലഭ്രേകമാ'മവിദ്യ' ജയിച്ചീടുന്നു.

അതു നിൽക്ക, വിപത്തിതഭ്രെരതുലാനുഗ്രഹമായ് നീ
മതിയിലഭ്രേർക്കണം സഖീ, –എന്തുകഭ്രെണ്ടെന്നഭ്രേ?

ഇതിനാലിന്നു കണ്ടില്ല വിഭവത്തിൻ ചലത്വവും
രതിസമാനരൂപത്തിൽ രിക്തതയും നീ?

സാരമില്ലടെഭ്രേ, നിൻ നഷ്ടം സഹജേ നഭ്രെടിയിൽ ഗുരു-
കാരുണിയാൽ നിനക്കിന്നു കഭ്രെക്കലാമല്ലേ.

ചഭ്രേരനപഹരിക്കാത്ത ശാശ്വതശാന്തിധനവും
മാരനയെ്താൽ മുറിയാത്ത മനശ്ശഭ്രേഭയും.

കരയായ്ക ഭഗിനീ, നീ കളക ഭീരുത, ശാന്തി
വരും, നിന്റെ വാർനെറുക ഞാൻ തലഭ്രേടുവൻ.

ചിരകാലമഷ്ടമാർഗ്ഗചാരിയാമബ്ഭഗവാന്റെ
പരിശുദ്ധപാദപത്മം തുടച്ച കഭ്രെയൊൽ."

എന്നലിഞ്ഞവൻ കരതാരവൾതൻ പൂവൽനെറ്റിമഭ്രേ-
ലഭ്രെന്നുചരേക്കുന്നങ്ങവൾക്കു ചീർക്കുന്നു രഭേമം,

ഖിന്നമുഖിയാമവൾതൻ കടെുന്ന സംജ്ഞ വിരലാ-
ലുന്നയിച്ച ദീപമപ്പേലുന്നുജ്ജ്വലിക്കുന്നു.

തുടരുന്നൂ മഞ്ഞെഴിയവൻ, "ശരി, സഹോദരി, ഞാൻ സ്വയം
മടിച്ചുതാൻ മുമ്പു വന്നു നിന്നെ മീളുവാൻ;

കുശലമാർഗ്ഗണ്ടങ്ങളന്നു കേൾക്കുമായിരുന്നില്ല നീ,
വിശസനം സുഖികളെ വിജ്ഞരാക്കുന്നു.

അഖിലജന്തുദു:ഖവുമപാകരിക്കുന്ന ബോധം
വികിരണം ചെയ്തിടുന്ന വിശ്വവന്ദ്യന്റെ

വാസപവിത്രങ്ങളാണീ വാസരങ്ങൾ ഭൂവിൽ, നമ്മൾ
വാസവദത്തേ, കരഞ്ഞാൽ വടിപ്പല്ലടെേ.

മംഗലതേരകർമ്മത്തലൽ മലിന നീശുഭം, നമ്മൾ
സംഗതിയില്ലനെന്നെൻ സഖി, സംശയിക്കലല്ലേ.

അംഗുലീമലനുപ്പേലുമാർഹതപദമകേിയ
തുഗമാം കരുണയെ നീ വിശ്വസിച്ചാലും.

സത്യമഞ്ചേർക്കുകിൽ സംസാരയാത്രയിൽ പാപത്തിൻ കഴൽ
കുത്തിടാതെ കടന്നവർ കാണുകില്ലടെേ.

ബദ്ധപണ്കമായഘേടുന്നിതഞ്ചെരുകാലം നദി പിന്നെ
ശുദ്ധികലർന്നഞ്ചെരു കാലം ശോഭതടേുന്നു.

കലമില്ല നിനക്കനെന്നും കരൾ കാഞ്ഞു വൃഥാ മതി–

ശാലിനി, മാഴ്കൈല്ല, ചിരഞ്ജീവികൾക്കുമേ,

ലസേലമാം ക്ഷണമേ വേണ്ടൂ ബോധമുള്ളിൽ ജ്വലിപ്പാനും
മാലണയ്ക്കും തമസ്സാകെ മാഞ്ഞുപോവാനും.

ഭുക്തഭോഗയായ് സഹിച്ച പരിവേദനയാൽ പാപ–
മുക്തയായി, സഹജേ, നീ മുക്തിപാത്രമായ്.

ശ്രദ്ധയാർന്നു വിദ്യയിനി ശ്രവിക്കുക പവിത്രയായ്
ബുദ്ധമാതാവഴെയും പുണ്യലോകം പൂകുക!"

താണുനിൽക്കുന്നങ്ങനയെബ്ഭിക്ഷു വിവക്ഷുവായുടൻ,
ക്ഷീണതയാൽ മങ്ങിയ വാർമിഴികൾ വീണ്ടും

കണേടിയഴേലവും തുറന്നവഹിതായമപ്പേടു–
മണോനതേരയാളവനയൈന്നു നോക്കുന്നു.

കരതലമുയർത്തിക്കാർചികുരതൻ ശിരസ്സിൽ വെ–
ച്ചുരചയെയ്യുന്നു വാക്കലിഞ്ഞമ്മുനീശ്വരൻ,

ശരണരത്നങ്ങൾ മൂന്നും ചവിയിലേറ്റുടനനന്ത:–
കരണത്തിലണിഞ്ഞവൾ കാന്തി തടേുന്നു.

നിറഞ്ഞു തലക്ഷണമെങ്ങെരു നവതജേസ്സു മുഖത്തിൽ
മറഞ്ഞുപോയ് മുമ്പു കണ്ട ശോകരേഖകൾ

പറയാവതല്ലാത്തെങ്ങെരു പരമശാന്തിരസത്തി–
ന്നുറവായവൾക്കു തോന്നിയവളത്തെന്നു.

ക്ഷണമുടൽ കുളുർത്തഹഞ്ഞേ! ചലിച്ചു സിരകൾ, രക്തം
വർണമുഖങ്ങളിൽ വാർന്നൂ വീതവദേനം.

സ്ഫുരിച്ചു ബാഷ്പബിന്ദുക്കളവൾക്കു വണെകുടക്കണ്ണി-
ലുരച്ച ചറെശംഖിൽത്തൂമുത്തുകൾപഞ്ഞേല.

തിരിയയേഉഅവളുപഗുപ്തനയെഎന്നുപകാര-
സ്മരണാസൂക്തങ്ങൾ പാടും മിഴിയാൽ നഞ്ഞേക്കി.

ചരിതാർത്ഥനവനവൾ ചഞെരിഞ്ഞഞ്ഞേരൾരുബിന്ദുകഞെ-
വിരലാൽ തുടച്ചു വാങ്ങി നിവർന്നു നിന്നു.

പരം പിന്നയെഴന്നഞ്ഞെങ്ങും മിഴികളഎന്നുഴിഞ്ഞങ്ങ-
ത്വരയിലവൾ ജീവിച്ചശുദ്ധിതഭേടും

ക്ഷണത്തിൽ ചഎന്നു ഞരുങ്ങി പ്രപഞ്ചം നിന്നഹഞ്ഞേ! ഹിമ-
കണത്തിൽ ബിംബിച്ചുകാണും കാനനംപഞ്ഞേല.

പരിസരമതിലവൾ പിന്നയെയും കണ്ടാൽ തന്നിഷ്ട-
പരിചാരികയാൽ വീണ്ടും പരിഗുപ്തങ്ങൾ.

അപാകൃതങ്ങളഅകുമായംഗകങ്ങൾ, സ്വയം കർമ്മ-
വിപാകവിജ്ഞാനപാഠപരിച്ഛരദങ്ങൾ.

കൃതകഞ്ഞേപനഎരു ശിശു കളിയിൽ ഭഞ്ജിച്ചറിഞ്ഞ
പതംഗികാംഗങ്ങൾപഞ്ഞേല ദയനീയങ്ങൾ.

തിരിയ നഞ്ഞേക്കുന്നിതവളതുകൾ സാകൂതമായും

നിരുദ്വഗേമായും ഹാ! നിർമ്മമതമായും

യമുനയിലിളംകാറ്റു തിരതല്ലി ശാഖ ചലി-
ച്ചമരസല്ലാപം കേൾക്കായരയാലിന്മേൽ;

താണുടനെ രണ്ടു നീണ്ട ഭാനുകിരണങ്ങളങ്ങു
ചണേയന്ന കനകനിശ്രണീയുണ്ടാക്കി;

അതു നോക്കുക്കുതുകമാർന്നമലവിസ്മയസ്മരേ-
വദനയാമവൾക്കഹഹ; ശാന്തശാന്തമായ്,

അർദ്ധനിമീലിതങ്ങളായുപരി പഞ്ഞ്ഞീ മിഴിക-
ളൂർദ്ധ്വലോകേദിവ്യക്ഷയാലനെന്നപോലെതൊൻ.

പാവക, നീ ജയിക്കുന്നു പാകവിജ്ഞാനത്തലൽ നശ്യ-
ജ്ജീവലോകം തടേുമിന്നോ നാളെയതോ നിന്നു;

തൂലകർണത്തണ്ടെടില്ല നനഞ്ഞാൽ; ചൂടാൽ വരണ്ട
ബാലരംഭയകൈക്കർപ്പൂരഖണ്ഡമാക്കും നീ!

പരിനിർവ്വാണയായ തൻ പ്രിയസ്വാമിനിയെ നോക്കി-
പ്പരിചാരിക വാവിട്ടു വിളിച്ചുകണ്ണോ,

പരിചിലന്തസ്സമാധി ശിഥിലമാക്കിത്തിരിഞ്ഞ-
പ്പരമഗോരനവളസ്സാന്ത്വനംചയെ്തു.

ഉപചയിച്ചംഗംഎല്ലാമുടനവർ കണ്ണെടുപ്പോയ-
ങ്ങുപനദീതടമണെരു ചിതമേൽ വച്ചു.

ഉപരിയന്തുരപ്പൂ! കണ്ണോഴലുമത്തഴേഴിതന്നെ
ഉപഗുപ്തനൊരുവിധം പറഞ്ഞയച്ചു.

ഹാ! മിഴിച്ചുനിന്നവനങ്ങമ്മഥുരയിലെ മുഖ്യ—
കാമനീയകത്തിൻ ഭസ്മകദംബം കണ്ടു!

ആ മഹാന്റെ കണ്ണിൽ നിന്നാച്ചാമ്പലിലൈരശ്രുകണം
മാമലകീഫലമ്പോലെയെടർന്നുവീണു.

ഉൽക്കടാശൈകതിക്തമല്ലനേർക്കുകിലന്നയനാംബു,
'ദു:ഖസത്യ'ജ്ഞനദ്ധീരൻ കരകയില്ല.

തൽകൃതാർത്ഥതാസുഖത്തനേതുള്ളിയല്ലതു—ജന്തുവി—
ന്നുൽക്രമണത്തിൽ മഘേദിക്കാ ഹൃദയാലുക്കൾ.

ക്ഷിപ്രസിദ്ധി കണ്ടു തൂർന്ന വിസ്മയരസവുമല്ല—
തദ്ഭുതചാപലം ഹതോദർശിയാർന്നിടാം.

കരുതാം മറ്റൊന്നല്ലതു 'കരുണ'തൻ കയത്തിലെ—
പ്പരിണതതേജ്ജ്വലമുക്താഫലമല്ലാതെ.

ഉടനയെന്നു താൻ ചയെത ശുഭകർമ്മത്തിൻ മഹത്ത്വം
കടുകളേളം മതിയാതെ ഗളിതഗർവ്വൻ

ചുടുകാടു വിട്ടു പിന്നശ്ശുചിവ്രതൻ വന്നവഴി
മടങ്ങിപ്പോകുന്നു ചിന്താമന്ദവഗേനായ്.

നമസ്കാരമുപഗുപ്ത, വരിക ഭവാൻ നിർവ്വാണ—

നിമഗ്നനാകാതെ വീണ്ടും ലഭ്ക്കസവേയ്ക്കായ്;

പതിതകാരുണികരാം ഭവാദൃശസുതന്മാരെ
ക്ഷിതിദവേക്കിന്നു വണോമധികം പരേ.

9 789363 113541